உய்யடா உய்யடா உய்!

உய்யடா உய்யடா உய்!
இசை (பி. 1977)

இயற்பெயர் ஆ.சத்தியமூர்த்தி. பொது சுகாதாரத் துறையில் பணி. கோவை மாவட்டம் இருகூரில் வசித்துவருகிறார்.

'காற்றுகோதும் வண்ணத்துப்பூச்சி' (2002), 'உறுமீன்களற்ற நதி' (2008), 'சிவாஜி கணேசனின் முத்தங்கள்' (2011), 'அந்தக் காலம் மலையேறிப் போனது' (2014), 'ஆட்டுதி அமுதே!' (2016) ஆகிய கவிதைத் தொகுப்புகளும் 'அதனினும் இனிது அறிவினர் சேர்தல்' (2013), 'லைட்டா பொறாமைப்படும் கலைஞன்' (2015) ஆகிய கட்டுரைத் தொகுப்புகளும் வெளியாகியுள்ளன.

இது இவரது மூன்றாவது கட்டுரை நூல்.

மின்னஞ்சல்: isaikarukkal@gmail.com

இசை

உய்யடா உய்யடா உய்!

காலச்சுவடு பதிப்பகம்

உய்யடா உய்யடா உய்! ♦ கட்டுரைகள் ♦ ஆசிரியர்: இசை ♦ © ஆ. சத்திய மூர்த்தி ♦ முதல் பதிப்பு: ஆகஸ்ட் 2017 ♦ வெளியீடு: காலச்சுவடு பப்ளிகேஷன்ஸ் (பி) லிட்., 669, கே.பி. சாலை, நாகர்கோவில் 629001 காலச்சுவடு பதிப்பக வெளியீடு: 781

uyyada uyyada uyy! ♦ Literary Essays ♦ Author: Isai ♦ © A. Sathya murthy ♦Language: Tamil ♦ First Edition: August 2017 ♦ Size: Demy 1 x 8 ♦ Paper: 18.6 kg maplitho ♦ Pages: 112

Published by Kalachuvadu Publications Pvt. Ltd., 669, K.P. Road, Nagercoil 629001, India ♦ Phone: 91-4652-278525 ♦ e-mail: publications @kalachuvadu.com ♦ Wrapper printed at Print Specialities, Chennai 600014 ❖ Printed at Mani Offset, Chennai 600077

ISBN : 978-93-86820-02-0

08/2017/S.No. 781, kcp 1842, 18.6 (1) ILL

சு. ராஜகோபால்
அகச்சேரன்
பா. ராஜா
மூவருக்கும் . . .

நன்றி

காலச்சுவடு, உயிர்மை, அம்ருதா
அந்திமழை, ஆத்மாநாம் அறக்கட்டளை
ஆனந்த விகடன், விகடன் - தடம்
பொள்ளாச்சி இலக்கிய வட்டம், வாசக சாலை
வதனம் இல்க்கிய அமைப்பு

ஜெயமோகன், நாஞ்சில் நாடன், சுகா
க. மோகனரங்கன், பவா செல்லத்துரை, ஷாலினி
க. அம்சப்ரியா, வே. பாபு, கே.என். செந்தில்
கவின்மலர், ஜான் சுந்தர், சாம்சன், வாண்ஸ்
மகாத்மா கேப்ரியல், விஷால் ராஜா
பெரு. விஷ்ணுகுமார், அமுதா
மு. வித்யா, சுபா பிரபாகர், ப்ரியா
‘சஷ்டி பேக்கரி’ நண்பர்கள்

பொருளடக்கம்

என்னுரை: காக்காய் பிடித்தல் மற்றும் ஆண்ட்ராய்டுகளோடு சமரிடுதல்	11
'குக்கூ' என்காதோ கோழி!	15
அநாதைகளின் அமரகாவியங்கள்	23
மாலை மலரும் நோய்	30
நகை மொக்குள் உள்ளது ஒன்று	43
வார்த்தையில் வாழ்தல்	51
"என்ன அப்பிடி பாக்காதீங்க சத்யன்"	58
உய்யடா! உய்யடா! உய்!	65
ஆண்பால் – பெண்பால் – அன்பால்	71
தொப்பிக்குள் கோழிக்குஞ்சு வந்துசேரும் வழி	80
மஹாகவி என்கிற பாரதி என்கிற சுப்பிரமணியன்	87
மொழி அலங்காரங்களைக் குப்பைக் கூடைக்கு அனுப்பியவன்	99

என்னுரை

காக்காய் பிடித்தல் மற்றும் ஆண்ட்ராய்டுகளோடு சமரிடுதல்

இது என் மூன்றாவது கட்டுரைத் தொகுதி என்பது உண்மையில் ஆச்சர்யமானதாகத் தான் இருக்கிறது. கவிதையைத் தவிர வேறு ஏதும் எழுதமாட்டேன் என்று எண்ணியிருந்தேன். எழுதக் கூடாது என்றும் விரதமிருந்தேன். விரதத்தை உடைத்தது யார் என்று யோசித்தால் அவர் வடிவேலு என்னும் 'அசலான கலைஞன்' என்பதில் பெரிதும் மகிழ்கிறேன். அவர் என் சமீபத்திய கட்டுரையிலும் திடீரெனப் பிரவேசித்து அதைப் பிரகாசப்படுத்தி யுள்ளார்.

சினிமா பற்றி இதுவரை இரண்டு கட்டுரைகள் மட்டுமே எழுதியுள்ளேன். இரண்டுமே மிஷ்கினின் படங்கள். இவ்வளவு பொதுவெளியில் அவருக்குச் சொல்ல என்னிடம் ஒரு சேதியும் இல்லை.

மற்ற இரண்டு புத்தகங்களைப் போலவே இந்தத் தொகுப்பிலும் கவிதைகள் பற்றிய எழுத்துகளே அதிகம். இது ஒரு விதத்தில் மகிழ்வையும், ஒருவிதத்தில் சோர்வையும் அளிக்கிறது. இதில் மனுஷின் கவிதைகளைப் பற்றிய இரண்டு கட்டுரைகள் உள்ளன. அவரது கவிதைகளிடமிருந்தும், கவிதை சார்ந்த உரையாடல்களிலிருந்தும் நான் கற்றுக் கொண்டவை அநேகம். தற்போது குடிப்பதை நிறுத்தி விட்டு 'லதா'வோடு நிறைவாழ்வு வாழ்ந்தபடியே பொறுப்பாகக் கவிதைகள் எழுதிக்கொண்டிருக்கும் 'ஆனந்தி'ற்கு என் அன்பு.

விகடனில் வெளியான 'ஆண்பால் - பெண்பால் - அன்பால்' *கட்டுரை மூலம் சில புதிய மனிதர்கள் கிடைத்தனர். அவர்கள் என்னைத் தலைமேல் தூக்கி வைத்துக்கொண்டார்கள். இன்னொரு தலைமேல் அமர்ந்து பார்த்தால் உலகம் கொஞ்சம்* "மப்பாகத்தான்" *தெரிகிறது.*

கல்யாண்ஜி சாகித்ய அகாடமி விருது பெற்றதை ஒட்டி எழுதிய கட்டுரை கொஞ்சம் அவசரத்தில் செய்தது. அதற்கான எதிர்வினைகளும் மகிழ்வளிக்கவே செய்தன. இத்தருணத்தில் நண்பர் சாம்ராஜை நினைத்துக்கொள்கிறேன். அவர் வழியாகப் போனதால்தான் கல்யாண்ஜியை 'அவ்வளவு' *அடைய முடிந்தது என்று நம்புகிறேன்.*

காமத்துப்பால் குறித்து எழுதியது என்னளவில் பயனுள்ளதும் இரசமானதுமான ஓர் அனுபவம். போர்க்களம் புகும் புதல்வன் அன்னையின் காலடியில் விழுந்து ஆசிபெறுவதுபோல் கட்டுரையைத் துவங்கும் முன் மூன்று மனிதர்களை அழைத்துப் பேசினேன். உண்மையில் அவர்கள் அளிக்கும் ஆலோசனைகள் எனக்கு இரண்டாம் பட்சமானவைதான். ஆனால் அவர்களுடன் உரையாடுவதன் மூலம் கிடைக்கும் பலமும் ஆனந்தமும் அளப்பரியவை. ஆ.இரா. வேங்கடாசலபதி, பெருமாள்முருகன், பழ. அதியமான் மூவருக்கும் என் வந்தனங்கள்.

பழ. அதியமான் இத்தொகுப்பிற்கான பின்னட்டைக் குறிப்பை எழுதியுள்ளார். "அதியமான் உங்களப் பத்திச் சொல்லி இருக்கார்..." *என்று ஒரு பத்துப் பேராவது இதுவரை என்னிடம் சொல்லியிருப்பார்கள். எல்லாரும் அவரை ஒத்த ஆளுமைகள். எனக்குப் பின்வரும் ஒரு எழுத்தாளனுக்கு நானும் இதையே செய்ய விரும்புகிறேன். ஆனால் அது ரொம்பவும் சிரமமான காரியமாகப் படுகிறது. எனவே பயிற்சிபெறும் முகத்தான் இருக்கிற வேலையை உதறிவிட்டு* 'கோடைப் பண்பலையில்' *வேலைக்குச் சேர்ந்துவிடலாமா என்று யோசித்துக்கொண்டிருக்கிறேன்.*

சுகுமாரன் என்கிற காக்கையின் இறக்கையை வெட்டி முற்றத்தில் விட்டிருக்கிறேன். எனவே அது எங்கும் பறந்துவிட முடியாது.

இந்த ஆண்டே இன்னொரு கட்டுரைத் தொகுப்பும் வருகிறது. சதா திகிலூட்டிக்கொண்டிருக்கும் ஒரு வாழ்வில் பொய்யானதும் வினோதமானதுமான நம்பிக்கைகளை உருவாக்கிக்கொள்வது அவசியமானதாக இருக்கிறது. அத்தகைய நைந்த நம்பிக்கைகளி லிருந்தே இதற்கான சக்தியைத் திரட்டி எடுத்தேன். எந்த மனிதனும் அப்படி ஒரேயடியாகக் கைவிடப்படுவதில்லை.

அவ்வளவு இரக்கமற்றதன்று இறை. நண்பர்களால் பொலிந்தது என் வாழ்வு.

பேசியே ஆக வேண்டிய இன்னொரு முக்கியமான விசயம் உண்டு. கிட்டதட்ட இரண்டு ஆண்டுகள் ஆண்ட்ராய்டோடு வாழ்ந்துவருகிறேன். ஆண்ட்ராய்டை வெல்வது அவ்வளவு சுலபமான காரியமாக இல்லை. அது கடவுளின் உருவில் வந்திறங்கியிருக்கும் சாத்தான். எல்லாச் சாத்தான்களும் கடவுளின் வடிவில் வருவதுதானே நமது காலத்தின் நிதர்சனம்.

இன்று 'வாட்ஸ்-அப்' உபயோகிப்பதில்லை என்று சொல்லும் மனிதர்கள் தேவபுருஷர்கள் போலவே தோற்றம் தருகிறார்கள். என் அலுவலகத் தோழி ஒருத்தி . . . இன்னும் மணமாகாதவள் . . . அழகியும்கூட. அவளிடம் வாட்ஸ்-அப் செயலி உண்டு. ஆனால் மூன்று நாட்களுக்கு ஒரு முறைதான் அதைத் திறந்து பார்க்கிறாள். எனக்குச் சத்தியமாக விளங்கவே இல்லை. குறைந்த பட்சம் அரைமணிக்கு ஒரு முறை வாட்ஸ்-அப்பைத் திறந்து பார்ப்பதைக் காட்டிலும் அவ்வளவு பயனுள்ள வேறு வேலைகள் இந்த லோகத்தில் உள்ளனவா? அவளைக் கடவுள் காப்பாற்ற வேண்டியதில்லை, அவளே அவளைக் காப்பாற்றிக்கொள்வாள் என்றெனக்குத் தோன்றுகிறது.

அவள் ஒல்லியான ஒரு இரும்பு. ஊளைச்சதை தொங்கும் நானும் ஆண்ட்ராய்டை எதிர்த்துத் போரிடத் துணிந்ததின் சாட்சியமாக இத்தொகுப்பை எண்ணி மகிழ்கிறேன்.

நூல் வடிவமைப்பிற்காக சுபாவிற்கும், அட்டை வடிமைப்பிற்காக தில்லை முரளிக்கும் எனது நன்றிகள்.

தொகுப்பின் தலைப்பு ஒரு சித்தர் அருளியது. கடைசியில் தன் வரியைக் காமுகன் ஒருவன் களவாடிக்கொள்வான் என்று எண்ணியிருக்க மாட்டார் பட்டினத்தடிகள்.

இருகூர் **இசை**

17.07.2017

1

'குக்கூ' என்காதோ கோழி!

ஆமாம்... அவர் என் வாத்தியார். வாத்தியார் தான். குரு அல்ல. குருவெனில் அவர் ஆடைகளைத் துவைத்துப் போட வேண்டும். வனத்தினில் புகுந்து உள்ளதிலேயே நல்ல பழங்களாகப் பறித்துவந்து பசியாற்ற வேண்டும். மடிதனில் கிடத்தி உறங்க வைக்க வேண்டும். அப்போது ஒரு வண்டு நம் தொடையைத் ஆழத்துளைத்து மறுபுறமாகப் பறந்துபோனாலும், பற்களைக் கடித்துக் கொண்டு, முகத்தை முந்நூறு கோணலாக்கி அவர் நித்திரையைக் காக்க வேண்டும். எல்லாம் செய்துவிட்டுக் கடைசியாக கமண்டல நீரால் சாபமும் வாங்க வேண்டும். வாத்தியாரெனில் இருக்கும் இரண்டு தலையணைகளை ஆளுக்கொன்றாக வைத்துக் கொள்ளலாம்.

"ஏனோ கால் வலிக்கிற மாதிரி இருக்கு..." என்று வாத்தியார் முனகினால்

"நல்லா தூங்கி எந்திருச்சா எல்லா சரியா போயிடும். பேசாமப் படுங்க..."

என்று அதட்டி தூங்க வைத்துவிடலாம். அதாவது நம் தலையணையை அவர் காலணையாக்க வேண்டிய அவசியமேதுமில்லை.

இரண்டாயிரத்தின் துவக்கத்தில் இளஞ்சேரல், பொன். இளவேனில், செல்வராசு, கணேசன் ஆகிய நண்பர்களுடன் நானும் சேர்ந்து 'பாரதி இலக்கியப் பேரவை' என்று ஒரு அமைப்பை உருவாக்கி எங்கள் ஊரில் இலக்கியம் வளர்த்து வந்தோம். அது வைரமுத்துவின் முறுக்கு மீசையிலிருந்து

நாங்கள் ஒவ்வொருவராக இறங்கத் துவங்கியிருந்த பருவம். மனுஷ்யபுத்திரனின் 'இடமும் இருப்பும்' புத்தகம் எப்படியோ கைக்கு வந்துசேர்ந்தது. படித்தோம். ஒன்றுமே விளங்கவில்லை. ராத்திரி கூடிய சபை இரண்டாகப் பிரிந்து நின்று வாதிட்டது.

"இது ஏதோ ஏமாற்று வேலை. இவை கவிதைகளே அல்ல..." என்று ஒரு அணியும்,

"இல்லை. சுஜாதாவெல்லாம் சும்மாவா சொல்லுவாரு... நமக்குத்தான் அறிவு போதவில்லை..." என்று இன்னொரு அணியும் வாதிடத் துவங்கி வாதம் நீண்டுநீண்டு பல டீ-க்களுடன் விடிந்தது. "இன்றோடு நட்பே முடிந்துவிட்டது" என்று எண்ணுமளவிற்குக் காரசாரமான விவாதம். சுவாரஸ்யமான விஷயம் என்னவெனில் அன்று நான் அக்கவிதைகளுக்கு எதிரணியில் நின்று பிரதான வீரனாகத் தொண்டை கிழியக் கத்தினேன் என்பதுதான். அப்போதுதான் சுகுமாரனின் 'சிலைகளின் காலம்' தொகுப்பும் வாசிக்கக் கிடைத்தது. அங்கங்கே கொஞ்சம்கொஞ்சமாகப் புரிவது போல் தோன்றியது. 'அவன் எழுதுகையில்' என்கிற பாரதியைப் பற்றிய கவிதையை வாசித்த போது வெறுமனே புரிவது மட்டுமல்ல பரவசமாகவும் இருந்தது. கவிதையின் மர்மப் பிரதேசங்களை நோக்கி ஒரு சின்ன ஜன்னல் திறந்தது. அக்கவிதையின் பரவசம் மற்ற பல கவிதைகளையும் துலங்கச் செய்தது. 'பாட்டி மணம்' என்கிற கவிதை என் பாட்டியை நினைத்துக்கொண்டு வாசிக்கும்போது வெகு எளிய கவிதை போல் தோன்றியது.

உங்கள் குசுவிற்கு
நீங்களே மூக்கை
பொத்துவதுண்டா..? என்கிற கேள்வியின் அதிரடி தெளிவாக விளங்கியது. பிறகு 'இடமும் இருப்பும்' தேடி வாசித்தேன். இப்போது பல கவிதைகள் எவ்விதச் சிக்கலுமில்லாமல் அனுபவமாவதை உணர முடிந்தது.

இப்படியாக சுகுமாரன் எங்கள் ஆதர்ஷக் கவியாக ஆகிப்போன தருணத்தில்தான் பொன். இளவேனிலின் தங்கைக்குத் திருமணம் வந்தது. பத்திரிகையில் சுகுமாரனின் கவிதை ஒன்றை அச்சிட்டோம். திருமண அழைப்பிதழ் என்பதால் 'மங்களகரம்' தேவைப்பட்டது. எனவே 'மழை' பற்றிய கவிதை ஒன்றை அச்சிட்டோம்.

மழை பிடிக்கும் எனக்கு –
ஏனெனில்
நீர்க்கம்பிகளின் மீட்டலில்
இலை நடனம் நிகழும்

....
மழை பிடிக்கும் எனக்கு
ஏனெனில்
மூடப்பட்ட பிள்ளைப் பருவத்தின்
ஞாபகக் கதவைத் திறக்கும்
....

பின்னொரு நாளில் "நீர்க்கம்பி, ஞாபகக் கதவு, மனச்சுவர் போன்ற உருவகங்கள் இப்போது வாசிக்கையில் மெல்லிய சலிப்பைத் தருகின்றன என்று அவரிடம் சொல்லியிருக்கிறேன். தமிழில் எனக்குப் பிடித்த ஒரே ஒரு கவிஞர் பெயரை மட்டும் சொல்லச்சொல்லிக் கேட்டால் நான் அவரது பெயரை சொல்ல மாட்டேன் என்றும் சொல்லியிருக்கிறேன். ஆனால் எனது வாத்தியார் அவர்தான். அதில் எந்த மாற்றமுமில்லை. எப்போதும் அவரே என் முதல் வாசகர்.

என் முதல் தொகுப்பு 2002இல் வெளியானபோது அந்த திருமண அழைப்பிதழையும் புத்தகத்தோடு இணைத்து அவருக்கு அனுப்பியிருந்தேன். அவரது முகவரியை எப்படிப் பெற்றேன் என்பது நினைவில்லை. 22/04/2002 தேதியிட்டு அவர் ஒரு கடிதம் எழுதியிருந்தார். ஒரு எழுத்தாளரிடமிருந்து நான் பெற்ற முதல் கடிதம் அது. அந்தக் கடிதத்தின் இறுதி வரிகள்...

"எழுத்திற்கு நான் பயின்றதும் பயன்படுத்துவதுமான சூத்திரம்... "தெளிவுறவே அறிந்திடுதல்: தெளிவு தர மொழிந்திடுதல்." இது உங்களுக்கும் பயன் தரலாம்."

உண்மையில் அச்சூத்திரம் எனக்கு நிறையவே பயன்தந்தது.

"நாம இலக்கியத்துக்குள்ள நுழையறப்ப யார் மூஞ்சில முழிக்கறோம்கறது ரொம்ப முக்கியம்... நான் வருகையில் எதிர்நின்று கொண்டிருந்த சுகுமாரனுக்கு என் எல்லா எழுத்து முயற்சிகளிலும் பங்கிருக்கிறது..." இது முன்பு சுகுமாரன் குறித்து நான் எழுதியது. ஆம்... நான் வருகையில் ஜிப்பாவும், சிகரெட்டு மாக அவர்தான் நின்றுகொண்டிருந்தார். சந்தேகமே இல்லாமல் அது என் நல்லூழ்.

அந்தக் கடிதத்தில் அவர் எழுதியிருந்த இன்னொரு வரி...

இதே கவனத்துடன் தொடர்ந்தால் உங்களிடமிருந்து செறிவான கவிதைகள் நிச்சயம் வெளிப்படும்.

நான் 2014ஆம் ஆண்டு 'இளம் படைப்பாளிகளுக்கான சுந்தரராமசாமி விருது' பெற்றபோது கிட்டதட்ட 14 ஆண்டுகள் பாதுகாத்து வந்த அந்தக் கடிதத்தின் ஒளிநகல் ஒன்றை, பெரும் பரிசொன்றை அளிப்பதன் உவகையோடு அவருக்கு வழங்கினேன்.

எனக்கு வழங்கப்பட்ட இரண்டு விருதுகளின் தேர்வுக் குழுவில் அவர் இடம்பெற்றிருந்தார். அது என் அல்லது அவரது துரதிர்ஷ்டம். என் நிமித்தம் அவர் ஏராளமான வசைகளை வாங்கிக்கட்டிக்கொண்டார்.

இந்த மனுஷன் தன் வாழ்க்கையிலேயே அதிகமாக வாங்கிய வசைகள் பாவம், நம் நிமித்தம்தான் என்கிற எண்ணம் எனக்கிருந்தது. இல்லை... இது இலக்கியத்தில், கவிதையில் அவர் உறுதியாக நம்பும் ஒன்றின் நிமித்தம் பெறுகிற வசைகள்... எப்படியாயினும்... யாருக்காகவேனும் இதை அவர் பெற்றுத்தான் ஆக வேண்டும் என்று உணர்ந்துகொண்ட தருணத்தில் அந்தப் பெருமையைத் துறந்துவிட்டேன்.

சிலர் என் கவிதைகளில் அவர் பாதிப்பு உண்டு என்று சொல்கிறார்கள் அதுகுறித்து என்னால் உறுதியாக எதையும் சொல்ல இயலவில்லை. ஆனால் என் உரைநடையில் அவரது வலுவான பாதிப்புகள் உண்டு. அது எங்கு ஒளிந்து கொண்டிருந்தாலும் அதை என்னால் கண்டுபிடித்துவிட இயலும்.

சுகுமாரன் ஒரு கவிஞராக இருந்தபோதும் என் தனிப்பட்ட ரசனையில் அவரது சிறந்த ஆக்கம் 'தனிமையின் வழி' என்கிற அவரது உரைநடைப் புத்தகம்தான் என்று சொல்வேன். அந்தப் புத்தகத்தின் கட்டுரைகள் உயிர்மையில் பத்திகளாக வந்த போது மிகுந்த கவனம் பெற்றன. எழுத்து, இலக்கியம் என்பதோடு நில்லாமல் விதவிதமான மனிதர்களை, உலகங்களை அது அறிமுகம் செய்து வைத்தது. வாழ்வு குறித்த பார்வைகளைக் கட்டமைத்தது. வீட்டை மட்டும் சுற்றி சுற்றி வந்துகொண்டிருந்த ஒரு கிராமத்து இளைஞனுக்கு அது விரித்துக் காட்டிய உலகம் அளப்பரியது. "முதுமைப் பருவத்தில் தனது இளமைக்கால புகைப்படத்துடன், கண்ணாடி முன்னே சேலையை சரிய விட்டு நிற்கிற ஒரு நடிகையை" அந்தப் பையனால் எந்த ஜென்மத்திலும் சந்தித்திருக்க இயலாது. அந்தப் புத்தகத்தின் எல்லா கட்டுரைகளும் நண்பர்களால் சீராட்டப்பட்டன. நண்பர் இளஞ்சேரல் உயிர்மையின் ஒவ்வொரு இதழிலும் சுகுமாரனின் கட்டுரைகள் குறித்து வாசகர் கடிதங்களை எழுதினார். பிறகு அந்தக் கட்டுரைகள் தொகுக்கப்பட்டு புத்தகமாக வந்தபோது சுகுமாரன் அதை "இருகூர் இளஞ்சேரலுக்கு" என்றே சமர்ப்பித்திருந்தார். பு.வ. மணிக்கண்ணனை பற்றிய கட்டுரை எங்கள் எல்லோரையும் ஒரு சேர ஆக்கிரமித்துக் கொண்டது. இளங்கோ அப்போது எழுதிய கவிதை ஒன்றை பு.வ. மணிக்கண்ணனுக்கு சமர்ப்பித்தான்.

அப்போது வாசிக்கையில் ஒரு எழுத்தாளனின் துயரம், வறுமை, கண்ணீர், காத்திருப்பு போன்றவை ஒரு வகையில் எனக்கு சுவையூட்டக் கூடிய ஒன்றாகக் கூட இருந்திருக்கலாம். அவலச்சுவையில் தித்திப்பு அதிகம் அல்லவா?

> "அநேகமாகத் தமிழ்நாட்டிலுள்ள சிறியதும், பெரியதுமான எல்லாப் பேருந்து நிலையங்களிலும், பிரதான எல்லா ரயில்வே சந்திப்புகளிலும் ஓர் இரவையாவது உறங்காமல் கழித்திருப்பேன்..."

என்று அன்று எழுதும்போது, அவர் எனக்கு வெறும் எழுத்தாளன் மட்டுமே. சேலம் பேருந்து நிலையத்தின் அழுகிய நாற்றத்திற் கிடையே ஒரு விடுதி அறைக்கு கூட வக்கில்லாமல், ராத்திரியை விடிய வைக்க சூட்கேஸுடன் இப்போது அமர்ந்திருப்பவர் என் வாத்தியார்... என் நண்பர்... 'குக்கூ' என்காதோர் கோழி!

"பட்டினி வயிற்றுக்குத் தன்மானம் ஆடம்பரம்..." என்கிற வரியை இப்போது வாசிக்கையில் தலையைத் திருப்பிக் கொண்டேன். அமெரிக்க ஆதிவாசித் தலைவன் சியாட்டில், தங்களது மண்ணை விற்குமாறு கேட்ட அமெரிக்க ஜனாதிபதிக்கு எழுதிய கடிதத்தை, திருச்சி ரயில்வே பிளாட்பாரத்தில் தஞ்சமான ஓரிரவில்தான் மொழிபெயர்த்தேன் என்று எழுதியிருப்பதை ஒரு நண்பராக இப்போது ஜீரணிக்க இயலவில்லை.

இலக்கியம் குறித்த, கவிதை குறித்த அடிப்படைகளைப் பேசுவதில் எப்போதும் எனக்கு தீராத ஆர்வமிருக்கிறது. நானும் இளங்கோவும் சந்தித்துக்கொள்ளும் போதெல்லாம் அடிப்படைகளைக் குறித்தே அதிகமும் உரையாடினோம். அப்போது எங்களுடன் அரூபமாக நடந்துவந்தவர் சுகுமாரன்.

வாத்தியாராக தூரத்தில் இருந்தவர் நண்பராக நெருங்கியது 2010இல் தான். அப்போது அவர் காலச்சுவடு பதிப்பக பணிகளைக் கவனித்துவந்தார். என் 'சிவாஜி கணேசனின் முத்தங்கள்' தொகுப்பிற்கு நான் ஒரு முன்னுரை எழுதி அனுப்பியிருந்தேன். ரொம்பவும் தயங்கித் தயங்கி முன்னுரை எப்படி இருக்கிறது? என்று சாட்டில் கேட்டேன். ஒரு பாராட்டுமொழியைப் பதிலாகத் தந்தார். அந்தப் பாராட்டைவிட அதன் கடைசியில் துளியாக ஒட்டிக்கொண்டிருந்த "டா" என்கிற விளிப்புதான் என்னை அதிகமும் இன்புறுத்தியது.

"இந்த 'டா'வுக்காகத்தான் சார் இத்தனை வருஷமாக் காத்துக் கிடந்தேன் . . ." என்று பதில் அனுப்பினேன்.

கோவை கணபதி லாட்ஜின் மாலைநேர உரையாடலொன்று 20 வருட வயது வித்தியாசத்தை அழித்துப்போட்டது. அதன் பிறகு அவரிடம் நான் உளறாததென்று எதுவுமில்லை. என் அந்தரங்கத்து அபிமான நடிகை ரேஷ்மா பற்றிக்கூட அவருடன் ஆக்ரோஷமாக உரையாடியிருக்கிறேன்.

"அவ வெறும் செக்ஸ் நடிகையில்லை சார்... காமத்தோட தேவதை... தன் உடலை அவ்வளவு மனமுவந்து தருவது நல்ல நடிப்பில் சேராதா என்ன..? தன்னைத் தொட்டு திருப்பும் அவனுக்கு மாத்திரமல்ல, அவனை முன்னிறுத்திக் காமத்தில் வெந்து தணியும் ஒவ்வொருவனுக்கும் அவள் தன்னை மனமுவந்து அளிக்கிறாள்... சிருங்காரமும் ஒரு இரசம் தானே சார்."

ரேஷ்மா திடீரெனக் காணாமல் போய்விட்டதாக வந்த இணையச் செய்தியை அவர்தான் முதன்முதலில் எனக்கு இன்பாக்ஸில் அனுப்பினார்.

திருக்குறளை மறுவாசிப்புச் செய்கையில் காமத்துப்பாலின் ஒவ்வொரு பாடலும் என்னைத் தூக்கிப் போட்டது. தாங்கவொண்ணாத பரவசத்துள் தள்ளியது. அதை முதலில் அவரிடம் 'குறுஞ்செய்தி' மூலம் பகிர்ந்துகொண்டேன். அப்போதும் அடங்காது போனில் அழைத்துப் பேசினேன்...

"வள்ளுவன் கவியில்லையென்றால் வேறு யார்தான் கவிஞர்? குறிப்பாக காமத்துப்பால் நிலைகொள்ள விடமாட்டேன் என்கிறது... தற்போது எழுதிக்கொண்டிருக்கும் நவீனக் கவி யாராவது காமத்துப்பாலிற்கு மட்டும் தனியாக உரை செய்ய வேண்டும். வெறுமனே செய்யுளிற்கு பொருள் சொல்லாமல், அதனுள்ளே இருக்கும் கவிதையைச் சொல்ல வேண்டும்..."

இன்னும் என்னென்னவோ பிதற்றினேன்.

"ம்" கொட்டிக்கொண்டிருந்தவர், தீடீரென

"செய்யலாமா..?" என்று கேட்டார்.

"செய்யலாமா என்றால்... நாம இரண்டு பேரும் சேர்ந்தா சார்..?"

"ஆமா... செய்வோம்..."

அவர் ஒரு வரி பதிலுடன் நிறுத்திக்கொண்டார். அடுத்த அரைமணி நேரத்திற்குள்

"திருக்குறள் – காமத்துப்பால் – நயவுரை: சுகுமாரன், இசை..."

என்று ஒரு அட்டைப்படமே தயாராகிவிட்டது எனக்குள்.

உடனே அந்த மகிழ்ச்சியை நண்பர்கள் சாம்ராஜ், கவின், செந்தில் ஆகியோருடன் குறுஞ்செய்தியில் பகிர்ந்துகொண்டேன்.

கே.என். செந்திலிடமிருந்து வந்த பதில்...

"நல்லது... வாத்தியாரும் மாணவரும் சேர்ந்து செய்ய வேண்டிய அவசியமான பணி... வாழ்த்துகள்..."

கலகலப்பற்றவர். யாரிடமும் அதிகம் ஒட்டாது "உம்"மென்று இருப்பவர் என்பதே அவரைப் பற்றிய பொதுச் சித்திரம். காலச்சுவடும், பனுவல் புத்தக நிலையமும் பாரதியைப் போற்றும் வகையில் 'பாரதி – 93' என்கிற பெயரில் தொடர் இலக்கிய உரைகளை ஏற்பாடு செய்திருந்தார்கள். ஒரு வாரம் நான் பாரதியின் கவிதைகளைக் குறித்துப் பேசினேன். அந்த அமர்வைப் பற்றி பழ. அதியமான் அவர்கள் கொஞ்சம் புகழ்ந்து எழுதியிருந்தார். அதை படித்த சுகுமாரன் "ஒத்துக்கறேன்... எனக்குக் கொஞ்சம் பொறாமையாத்தான் இருக்கு..." என்று சொன்னார். இதை நான் அதியமானிடம் பகிர்ந்துகொண்ட போது அவர் சொன்னதை எப்போது நினைத்தாலும் எனக்கு சிரிப்பு பொத்துக்கொள்ளும்

"ஒத்துக்கறேன் / எனக்கு / கொஞ்சம் / பொறாமையாத்தான் / இருக்கு... நெறயா வார்த்தை வருதே இசை... இவ்வளவு பேசினாரா அவரு..."

எல்லா விதிக்கும் விலக்குகள் உண்டல்லவா? ஒரு முறை அவர் மனைவி சொன்னதாக நான் கேள்விப்பட்டது இது

"மத்தவங்க போன் பண்ணின, "ம்." ... "ம்"ன்னு உறுமுற... ஒரு நாலஞ்சு பேர் இருக்காங்க... அவங்க போன் வந்தா மட்டும் மொகம் அப்படியே பிரகாசமாயிடுது...

அவர் முகத்தைப் பிரகாசமாக்கும் நாலைந்து பேரில் ஒருவனாக இருப்பதில் எனக்குப் பெருமை உண்டு.

எவ்வளவோ பாடுகளுக்கு மத்தியில் வாழ்ந்தவர் என்றாலும் குடியை விரும்பியவரல்ல. ஒரு வேளை இதற்கு அவர் அப்பாவின் மிதமிஞ்சிய பொறுப்பற்ற குடி ஒரு காரணமாக இருந்திருக்கலாம். நான் அறிந்த வரையில் அயல்தேசத்துப் பெண் கவிஞர்களுடன் ஒரே ஒரு முறை பியர் அருந்தியிருக்கிறார்.

அவரது ஆதர்ஷ எழுத்தாளர் மார்க்வெஸின் நூலை அவர் தமிழில் மொழிபெயர்த்திருந்தார். அப்புத்தகம் வெளிவரும் நாளில் அவருடன் இருக்க வேண்டும் என்று விரும்பினேன். இயல வில்லை. இரவு அவரை போனில் அழைத்துப் பேசினேன்...

"சார் . . . ஒரு பியர் அருந்த இதைவிடப் பொருத்தமான, சந்தோசமான காரணம் கிடைக்காது. எனவே போய் சில்லுன்னு ஒரு பியர் சாப்பிடுங்க . . ."

அவர் "வேண்டாம்..." என்று மறுத்துவிட்டார். அயல்தேசத்துப் பெண் கவிஞர்கள் அவசரத்துக்கு கிடைக்கிறார்களா என்ன?

அவர் கேளிக்கைகளில் கலந்துகொள்ளாதது குறித்து எனக்கு எந்த வருத்தமுமில்லை. ஆனால் நடனங்களில் கலந்துகொள்ளாதது குறித்து வருத்தமுண்டு.

"இப்படி . . . ஐம்புலனையும் அடக்கி . . . சாமியார் மாதிரி வாழ்ந்து, வாழ்க்கைல என்ன சந்தோஷத்த காணப் போறீங்க" என்று கேட்டால்,

"இப்ப நான் சந்தோஷமா இல்லைன்னு உனக்கு யார் சொன்னது . . ?" என்று திருப்பிக் கேட்பார்.

ஆங்கிலத்தில் எனக்கு "ஐ லவ் யூ"வைத் தவிர வேறொன்றும் தெரியாது. சுகுமாரனின் மொழிபெயர்ப்பின் வழியாகவே நான் சிலி கவிஞர் நிக்கனார் பாராவை சந்தித்தேன் . . .

"கவிதையில் எல்லாம் அனுமதிக்கப்பட்டிருக்கிறது
சந்தேகமின்றி, இந்த நிபந்தனையுடன்
வெற்றுத்தாளில் நீ முன்னேற வேண்டும்"

நிக்கனார் பாரா

"கவிதையில் எல்லாம் அனுமதிக்கப்பட்டிருக்கிறது." இது என் நெஞ்சில் ஆழ விழுந்துவிட்டது. கவிதைக்குள் ஒரு குத்துப் பாட்டை வைக்கும் தைரியத்தை இவ்வரியே எனக்கு வழங்கி யிருக்க வேண்டும்.

சமீபத்தில் ஒரு புத்தக வெளியீட்டின் போது ஜெயமோகன் பேசினார் . . .

"ஒரு காலத்துல சுகுமாரன் கவிதைய நின்னுட்டுதான் படிக்க முடியும். உட்கார்ந்துட்டு ரிலாக்ஸா அதைப் படிக்க முடியாது . . . அவ்வளவு உக்கிரம் இருந்தது அதுல . . ."

சுகுமாரன் தமிழுக்கு இன்னும் கொஞ்சம் "கனல் மணக்கும் பூக்களை" வழங்கட்டுமென்று அவரை நான் ஆசீர்வதிக்கிறேன்.

(தலைப்பு: 'குக்கூ என்றது கோழி . . .' என்கிற
சங்கப்பாடல் வரியின் திரிபு)

விகடன் — தடம், டிசம்பர் 2016

2

அநாதைகளின் அமரகாவியங்கள்

ஜான் சுந்தரின் 'நகலிசைக்கலைஞன்'

பாடகன் ஆகிவிட வேண்டுமென்பதுதான் என் லட்சியக் கனவாக இருந்தது. அப்துல்கலாம் அறிவுறுத்தியதற்கும் முன்பிருந்தே நான் அதைத்தான் கனவு கண்டுகொண்டிருந்தேன். பின்னாட்களில் எனக்கு எந்தக் குரலும் பொருந்தவில்லை என்பதைக் கண்டுகொண்டேன் என்றாலும், எஸ்.பி.பி. குரல் எனக்குப் பொருந்தவில்லை என்பதை முன்பே அறிந்துகொண்டேன். எனவே எனக்கு முன்பு இளையராஜா என்றும், பின்பு சங்கர்மகாதேவன் என்றும் நினைப்பு. நான் பாடினால் எனக்கு மட்டும் இளையராஜா போன்றே கேட்டது. காதுக்குள் விதவிதமான கருவிகளை செருகி எடுத்த போதும் இந்த நோயைக் குணமாக்கக்கூடவில்லை. எனினும் இந்நோய் உடலுக்குப் பெரிதாக ஊறு செய்யவில்லை. மேலும் மனதிற்கு நேரும் இன்னல்களை விரட்டவும் இதுவே உதவியது. கொஞ்சம் முயன்றிருந்தால், கொஞ்சம் துணிந்திருந்தால் நானும் ஒரு நகலிசைக் கலைஞன்தான் என்பதை இன்றும் விடாது நம்புவதால், இந்நூல் எனக்கு என்னை ஒத்த ஜீவன்களின் கதைகளைப் பேசுகிறது.

நானும் சாதாரண கலைஞனல்ல. எட்டாவது படிக்கும்போதே "டவுசர் விறைக்க, கைகளைக் கட்டிக் கொண்டு" இசைத்தமிழ் நீ செய்த அரும்சாதனை...

நீ இருக்கையிலே எனக்கேன் பெரும் சோதனை . . .” என்று பாடி அரங்கையே அதிர்ச்சிக்குள்ளாக்கிய பெருங்கலைஞன். எனக்குத் தெரியும் பாடிவிட முடியாதென்று. ஆனால், தோற்றுப்போனாலும் டி.ஆர். மகாலிங்கத்திடம் தோற்றுப் போக வேண்டும். அதுவன்றோ கலைத்தாயின் காலடியில் செலுத்தும் காணிக்கை? அதை விடுத்து எளிய எஸ்.பி.பியின் எளிய பாடலொன்றைப் பாடி சின்ன டிபன்பாக்ஸை வெல்வதில் என்ன சாதனை இருக்கிறது? அன்றிலிருந்து அந்தப் பாட்டு வாத்தியார் என்னை எங்கு பார்த்தாலும் ஒரு நமட்டுச் சிரிப்பு சிரிப்பார். என்னை வெறும் பாடகன் என்று மட்டும் சுருக்கிவிட முடியாது. ‘வாத்திய மாமணியும்’ கூட. அப்போது அந்தப் பாட்டு வாத்தியாருக்கு தபெலா வாசிக்க ஒரு மாணவன் தேவைப்பட்டான். ஏற்கனவே வாசித்துக்கொண்டிருந்த சுரேஷிற்கு நன்றாக படிக்க வேண்டியிருந்தது. வாழ்க்கையில் உயர வேண்டி இருந்தது. ஏராளமான லட்சியங்கள் பாக்கி இருந்தன. எனவே அவன் என்னை சிக்க வைத்துவிட்டு நழுவி விட்டான். தபெலாவை விட்டு விட்டுக் கிளம்பியவன் அமெரிக்கா போய்தான் நின்றான். இன்றும் அவ்வப்போது எனக்கு குறுஞ்செய்திகள் அனுப்புவான். எனக்கு மட்டும் ஆசை இருக்காதா என்ன? இருந்தது. ஆனால் தபெலாவின் வழியே, தபெலாவையும் தூக்கிக்கொண்டு அமெரிக்கா போனால் இன்னும் இனிக்குமே என்று கொஞ்சம் யோசித்துவிட்டேன். அப்போது கடவுள் வயிற்றைப் பிடித்துக்கொண்டு, கீழே விழுந்து விழுந்து சிரித்தது எனக்குக் கேட்கவில்லை. இப்படித்தான் ஒரு நகலிசைக் கலைஞனின் வாழ்வு தடம் மாறிப்போகிறது.

ப்யானோ கலைஞரும் கடுங் கோபக்காரருமான வசந்தன் சொல்கிறார் . . .

> “அந்த முண்டை “ம்”க்கும்பா . . . அவங்காத்தா “ஏம்பா, மில்லுக்காவது போலாமில்லப்பா . . . எல்லா என் நேரம் . . .”

அந்த முண்டை யாரென்று புரிகிறதல்லவா?

“ஒழுங்கா படிச்சு வேலைக்கு போயிருப்பேன். எல்லாம் இந்த தாயளினால வந்தது” என்று இளையராஜாவைக் காட்டி வசைபாடும் வசந்தன், கொஞ்ச நேரத்திற்குப் பின் “ரியலி . . . ஹீ இஸ் அன் ஏஞ்சல் ப்ரம் . . .” என்று சொல்லிவிட்டு இரண்டு கைகளையும் தலைக்கு மேல் உயர்த்திக் காட்டுகிறார்.

தனியார் வங்கி ஒன்றில் கடன்பாக்கி வசூலிப்பவராக ஜானை யோசித்துப் பார்க்கவே கொடூரமாக இருக்கிறது. ஒரு கட்டத்தில் அவர் துணிந்தார். வேலையைத் துறந்தார். பிச்சை வாங்கி

உண்ணும் வாழ்க்கை வந்துவிட்டபோதிலும் இனி இசைதான் வாழ்க்கை. அதுதான் வழி. ஜானைப் போலவே நகலிசைக் கலைஞர்கள் பலரும் “வேண்டுமானால் வெட்டிக்கொள் . . .” என்று பலிபீடத்தில் தலைவைத்தவர்கள் தான்.

நகலிசைக்கலைஞர்கள் ஒவ்வொரு முறையும் நேரடியாக ஒலிபரப்ப வேண்டியிருக்கிறது. உருளைக்கிழங்கோ போண்டாவையோ, எண்ணெய் பச்சியையோ தின்றுவிட்டு ஒவ்வொரு முறையும் ஒன்றுபோலவே முக்க வேண்டியிருக்கிறது. கொஞ்சம் பிசகினாலும் “கேலிப் பண்டம்” ஆக்கிவிடுவார்கள். திரைமேதைகளுக்கு இந்தச் சிக்கல் இல்லை. அவர்கள் ‘தம்’ கட்ட அவசியம் இல்லை. தொழிற்நுட்பம் வளர்ந்துவிட்டது. ஒவ்வொரு வரியாகப் பாடிக் கூட சேர்த்துக்கொள்ளலாம். நான் சில நட்சத்திரப் பாடகர்களின் ‘லைவ் ஷோ’க்களை பார்த்திருக்கிறேன். பார்த்திருக்கக் கூடாது என்று பிறகு எண்ணிக் கொண்டேன். சமீபத்தில் ராஜாவின் “காதல் கசக்குதய்யா . . .” பாடலை அவரது குடும்ப உறுப்பினர்கள் கூட்டாக சேர்ந்து பாடியதைக் கேட்டேன். எனக்கென்னவோ அந்நிகழ்ச்சி ராஜாவின் ஆயுளைக் குறிவைத்து நடத்தப்பட்ட நிகழ்ச்சியாகவே பட்டது. உறுதியாக என்னையும் சேர்த்து ஒரு பத்தாயிரம் பேராவது அந்தப் பாடலை அவர்களை விட பிரமாதமாகப் பாடுவார்கள் என்று தோன்றியது. பெரும்பான்மையாக நகலிசைக் கலைஞனின் லட்சியம் திரையிசையில் மின்னுவதுதான். ஆனால் எல்லோராலும் அங்கு சென்றுவிட முடிவதில்லை. அதற்குத் தேவையான சகலமும் இருக்கின்ற போதிலும் அவனிடம் ஏதோ ஒன்று குறைந்துவிடுகிறது. அது இசை தொடர்பானதாக இருக்கலாம். அப்படி இல்லாமலும் இருக்கலாம். ஆனால் அவர்கள் கலைஞர்கள்தான். சிலர் மகத்தான கலைஞர்கள். அதிலொன்றும் சந்தேகமில்லை. மற்றபடி ‘நகலிசைக் கலைஞன்’ என்கிற விளிப்பு அடையாளத்தின் நிமித்தம் வழங்கப்படும் ஒரு தொழிற்பெயர் . . . அவ்வளவே.

“டி.எம்.எஸ், பி. சுசீலா, எல். ஆர். ஈஸ்வரி, பி.பி. ஸ்ரீனிவாஸ், வாணிஜெயராம் போன்றோரால் “சிம்ஹம்” என்று அழைக்கப் பட்ட, கீபோர்டு ப்ளேயர் ராமேட்டன் என்கிற ராமச்சந்திரனுக்கு ஒரு போதாத காலம் வந்துவிடுகிறது. ரூ. 500க்கு வாங்கிய செல்போனுக்கு பில் கட்ட இயலவில்லை. கட்டச்சொல்லி அறிவுறுத்தும் ரெக்கார்டிங் அழைப்புகள் வந்துகொண்டே இருக்கின்றன. அவர் அதை எடுக்கவே இல்லை. தன் கண்ணாளனுக்கு என்னவோ சிக்கல். நாமே அதைத் தீர்த்து வைத்துவிடலாம் என்று முடிவுசெய்த அவர் தர்மபத்தினி இந்த முறை போனை எடுத்துவிடுகிறார்.

"ஹல்யோ ஆரா . . ."

ஒரு பெண் குரலில் அறிவுறுத்தல்கள் துவங்குகின்றன.

"அது அவருக்கு கச்சேரி இல்லம்மா . . ." இரிந்நா அவுரு கெட்டிடும்.

மறுமுனையில் பெண் பேசிக்கொண்டே இருக்கிறாள்.

"ஆ . . . செரிம்ம்மா . . ."

"ஆங் . . . கெட்டிடும் . . ."

"என்னம்மா ந்நீ . . . இங்ஙன, ஞான் இத்தரச் சொல்லிட்டும் அதையே சொன்னா எப்பிடியாக்கும் . . . கச்சேரி இல்லம்மா . . . இரிந்நா அவுரு கெட்டிடும் . . ."

பார்க்க பாவமாக இருக்க கடைசியில் அது ரெக்காட்டிங் வாய்ஸ் . . . என்று சொல்லி தன் மனைவியை சாந்தப்படுத்துகிறார் ராமேட்டன். ஒரு நகைச்சுவை காட்சி போலவே சொல்லப்பட்டிருக்கும் இக்கட்டுரையில் துக்கத்தின் சாயலே இல்லை.

". . .இவ்வளவு நேரமும் பதில் சொல்லிக்கொண்டிருந்த சேச்சியின் முகம் போன போக்கைப் பார்த்து ஏட்டனுக்கு நிலைகொள்ளாத, முகம்கொள்ளாத சிரிப்பு. சேச்சிக்கும் . . ." இப்படி முடிந்துவிடுகிறது கட்டுரை.

பெருந்துக்கம், ஆறாத கண்ணீர், ஆழ்ந்த கசப்பு என்றெல்லாம் ஜான் அங்கு எதையும் எழுதி வைக்கவில்லை. அவ்வளவுதானா? அவ்வளவுதானா? என்று நாம்தான் பதறுகிறோம். "இவ்வளவுதான் சொல்வாயா இதை . . ?" என்று அவர் சட்டையைப் பிடித்து உலுக்குகிறோம். அதில் அவர் மேல் பட்டன் தெரித்துவிடுகிறது. அங்கு அக்கட்டுரை 'அமரகாவியம்' ஆகிவிடுகிறது. இப்படி ஒன்றை எழுதிய ஜான், இன்னொரு இடத்தில் "அந்தச் சிரிப்புக்கு உள்ளிருப்பது வலியன்றி வேறென்ன தோழர்களே . . ." என்று கட்டுரை வடிக்கத் துவங்கும்போதுதான் நமக்கு சப்பென்று ஆகிறது.

தான் முதன்முதலாகப் பாடிய அனுபவத்தை முன்னுரையில் சொல்லி இருக்கிறார். அதிலிருந்து எனக்கு ஒரு ஞானம் கிட்டியது. அவர் முதன்முதலாகப் பாடிய பாடல் 'வருஷம் 16' படத்தில் இடம்பெற்ற "பழமுதிர்ச்சோலை உனக்காகத்தான்" பாடல். ஜானின் பேரதிர்ஷ்டம் அது ஒரு பறக்கும் ஹம்மிங்ஹோடு துவங்குகிறது. ஜான் எழுதுகிறார்.

நடுங்கும் கால்களை உதறிக்கொண்டேன். "வாழ்த்துக்கள் தம்பி!" என்று சொல்லி மைக்கை என் கையில் கொடுத்தார்

சூரியண்ணன். ஒன் . . . டூ . . . த்ரீ . . . ஃபோர் சொல்ல, என் செட்டைகள் விரிந்தன.

“ஏஹே . . . ஓஹோ . . . லாலலா . . .”

இங்கு எனக்கு கிடைத்த ஞானமாவது எந்த மகத்தான வரியாலும் இந்த ஹம்மீங்கை பதிலீடு செய்திருக்க முடியாது என்பது. “ஏஹே . . . ஓஹோ . . . லாலலா . . .”வின் விடுதலையை, ஆனந்தத்தை எந்த வரியிட்டு நிரப்ப முடியும். ஒரு இளைஞன் தன் முதல் பாடலின் முதல் வரியை அர்த்தமற்ற ஆனந்தப் பரவசத்தில் துவங்குவது எவ்வளவு பொருத்தமானது?

உண்மையில் அமரகாவியங்களின் தொகைதான் நகலிசைக் கலைஞனின் வாழ்க்கை. ஆனால் கொண்டாடத்தான் நாதியில்லை. அதை கொண்டாடித் தீர்க்கத்தான் ஜான் இந்தப் புத்தகத்தை எழுதியிருக்கிறார். இந்நூல் மெச்சப்படுவதற்கான காரணங்களில் பிரதானமானது இதன் சுவாரஸ்யமான புனைவம்சம் என்றே நினைக்கிறேன். கதை சொல்வதில் பெருவிருப்பமுடைய ஜானின் எழுத்தில் கதைகள் இயல்பாகவே கலந்துவிட்டிருக்கின்றன.

தாள வாத்திய கலைஞர் ஒருவரைப் பற்றிய கதை ஒன்று உண்டு

“டொக்... அதிர்ஷ்டம் பாருங்க... யாருக்கு எந்த ரூபத்துல எந்த நேரத்துல எந்த வடிவத்தில வரும்னு சொல்ல முடியாதுங்க... டொக் . . . இது ஒருவருக்கு மட்டுமே கிடைக்கிற ஒருதலை ராகமில்லைங்க. அனைவருக்கும் கிடைக்க கூடிய ஆபூர்வராகங்க. ஆனந்தராகங்க. டொக் . . .”

“டொக் . . . பூட்டான் . . . பூட்டான் . . . உங்களைக் கைவிட மாட்டான் . . . ராயல் பூட்டான் . . . டொக் . . . இமயமலை அடிவாரத் திலே பூத்துக் குலுங்கும் சின்னஞ்சிறு மாநிலம்ங்க . . . சிங்கார மாநிலம்ங்க . . . சிக்கிம் மாநிலம் . . . பெரியோர்களே . . . சிக்கிம் . . . சிக்கிம் . . . என்று கேட்டு வாங்குங்கள் நண்பர்களே . . . டொக் . . .

ஒவ்வொரு வாக்கியம் முடிந்த பின்னும் ஆட்டோவில் அந்த அறிவிப்பாளர் நாக்கை மேலண்ணத்தில் சப்புக்கொட்டுவது போலத் தட்டி ‘டொக்’ ஒலிக்கச் செய்கிறார். அதைக் கேட்கும் போதெல்லாம் பரவசமாயிருக்கிறது ஸ்டீபனுக்கு.

இப்படியாக தாளத்தால் ஈர்க்கப்படும் ஒரு சிறுவன் ஒருநாள் நிறைய தாளக்கருவிகள் புழங்கும் அறைக்குள் அழைக்கப் படுகிறான். அதாவது தனது கலைவாழ்வில் அடியெடுத்து வைக்கிறான். அந்த அறையில் பேங்கோஸ் வாசித்துக்கொண்டிருந்த அண்ணனொருவன் வெளியே பரவசத்தில் நின்றுகொண்டிருக்கும் சிறுவனைப் பார்த்து

“உள்ள வா தம்பி” என்றழைக்கிறார்.

அங்கு ஜான் அந்த பழைய வசனத்தைத் திரும்ப எழுதிக் காட்டுகிறார் . . .

“டொக் . . . அதிர்ஷடம் பாருங்க . . . யாருக்கு எந்த ரூபத்துல . . . எந்த நேரத்துல . . . எந்த வடிவத்தில . . . வரும்னு சொல்ல முடியாது . . .”

என் கையிலிருந்த பென்சில் அந்த வரிகளை அழுத்தி அடிக்கோடிட்டது. பிறகு அதை சுற்றி வட்டமிட்டுக் கொண்டிருந்தது. பிறகு அதற்குப் பக்கத்தில் ‘முக்கியக்குறி’ இட்டது. அந்தவரி அற்புதமானதுதான் என்றாலும் “அற்புதம்” என்று சொல்ல முடியாது. முகநூலின் சரளமான புழக்கத்துக்குப் பின் அற்புதத்தில் ஒரு அற்புதமும் இல்லாமல் போய்விட்டது. அது பரஸ்பரம் சொல்லிக்கொள்ளும் பாசாங்கான உபச்சார சொல்லாக மாறிவிட்டது. முகநூல் அற்புதத்தின் பிரகாசத்தை மங்கிய மினிபல்ப் ஆக்கிவிட்டது.

“எண்பதுகளிலேயே கேரளம், தமிழகத்து மேடைப் பாடகனுக்குக் ‘கட்–அவுட்’ வைத்துக் ‘கலைசெல்வன் நைட்’ என்று நிகழ்ச்சி நடத்திக்கொண்டாடியிருக்கிறது. அதற்காக ஒட்டப்பட்ட தனது போஸ்டரின் மீதே அந்த மகாகலைஞன் போதையில் படுத்துக் கிடந்தான் . . .”

இது கலைச்செல்வன் என்கிற பாடகரின் கதை. அவருக்கு என்ன குறைந்தது? எதை நிரப்பிக்கொள்ள அவர் இவ்வளவு குடித்தார்? இதற்கான காரணம் எதையும் கட்டுரை சொல்லவில்லை. “வெறும் பழக்கமாக” கூட இருக்கலாம். அந்தக் காரணமே போதுமானதுதான். ஏனெனில் ‘பழக்கம்’ வேறெந்த துக்கத்திற்கும் குறைந்ததல்ல.

ஒரு இடத்திற்கு அந்த மனிதன் போய்ச் சேருமுன்பே அவன் சாதி போய்ச் சேர்ந்துவிடும் என்று சொல்லப்படுவதுண்டு. கலைச்செல்வன் நமது சாதி அடுக்கில் ஆகக் கீழே கிடக்கும் ‘அருந்ததியர்’ இனத்தைச் சேர்ந்தவராக இருந்திருக்கிறார். ஆனாலும் கொண்டாடப்பட்டிருக்கிறார். கலை இழிவுகளைக் கடக்கவல்லது என்பதை நாமும் நம்புவோம்.

சிவாஜிக்கு கட்–அவுட் வைக்கலாம். லாட்டரி சீட்டு வீசலாம். தோரணங்கள் கட்டலாம். அவர் பெயரில் நீர்மோர் ஊற்றவோ, நிழற்குடை அமைக்கவோ செய்யலாம். மகனுக்கு “எஸ்பி சௌத்ரி” என்றுகூட பெயரிட்டுக்கொள்ளலாம். அதோடு நிறுத்திக்கொள்ள வேண்டும். அதை விடுத்து “நானும் சிவாஜி

தான்” என்று கிளம்பும்போதுதான் சகல கேடுகளும் கூடவே கிளம்புகின்றன. ஆனால் சிவாஜிகளால் எப்படி சும்மா இருக்க முடியும்? சிலருக்காவது ஓரிரு வருடங்களில் தான் சிவாஜி இல்லை ‘கருப்பணன்’ தான் என்று தெரிந்துவிடுகிறது. சிலரோ மரணப்படுக்கையிலும் சிவாஜியைப் போலவே முனகியபடி அவரைப் போலவே இரும முயற்சித்துக் கொண்டிருக்கிறார்கள். கலையின் அழைப்பு அவ்வளவு வசீகரமானது. புறந்தள்ள இயலாதது. தன்னைக் கலைஞன் என்று கருதிக்கொள்பவனை நோக்கி அது ஒரு சிறுமுறுவல் பூத்துவிட்டுப் போய்விடுகிறது. அந்த சின்னஞ்சிறு முறுவலுக்கு அவன் தன் வாழ்வையே பணயம் வைக்கிறான்.

ஜானுக்குள் ஒரு துடுக்குத்தனமான சிறுவன் இருக்கிறான். “அவர் சாதாரணமானவரல்ல . . . ஸ்பெஷல் ரணமானவர்” போன்ற வரிகளை அந்தப் பையன்தான் எழுதுகிறான். உணர்வுப்பெருக்கொடு எழுதப்பட்டிருக்கும் கடைசிக் கட்டுரைக்கு ‘திம்ஸூ’ என்று பொறுப்பற்று தலைப்பிட்டிருப்பதும் பையனின் சேட்டைகளில் ஒன்றுதான். ஜான் அந்தப் பையனிடம் கவனமாக இருக்க வேண்டும். தனக்குத்தானே சிரித்துக்கொள்ளும் சில அற்ப நகைச்சுவைகளிடமும்.

***காலச்சுவடு*, ஜனவரி 2017**

3

மாலை மலரும் நோய்
(காமத்துப்பால் கவிதைகள்)

புலவர் திருவள்ளுவரன்றிப் பூமேற்
சிலவர் புலவரெனச் செப்பல் – நிலவு
பிறங்கொளி மாலைக்கும் பெயர் மாலை மற்றும்
கறங்கு இருள் மாலைக்கும் பெயர்.

மதுரை செங்குன்றூர் கிழார்

'திருக்குறள்' அறம், பொருள், காமம் என்று முப்பால்களை கொண்டிருந்தாலும் அறிஞர்கள் பெரும்பாலும் காமத்துப்பாலை கண்டுகொள்வதில்லை. பள்ளித்தலங்களில் அவை பாடமாக வைக்கப்படுவதில்லை. கல்லூரிகளில் அதன் மாட்சிமைக்கு பங்கம் நேராதவகையில் லேசாக தொட்டுக்கொள்ளப்படுகிறது. இது பற்றி பேராசிரிய நண்பர் ஒருவரிடம் விசாரிக்கையில் "எங்க பாடத்திட்டத்தில கொடுங்கோன்மை, செங்கோன்மைகளையே வைக்க முடியல... நீங்க காமத்துப்பாலிற்கு போய்ட்டீங்க..." என்று சலித்துக்கொண்டார். பாடத்திட்டங்களில் இல்லாவிட்டாலும் பரவாயில்லை எண்ணற்ற காதல்களின் விளைநிலமான பேருந்துகளிலும் அவை எழுதப்படுவதில்லை.

தமிழறிஞர்கள் வள்ளுவரை கவிஞன் என்று கொண்டாடுவதைக் காட்டிலும், கடவுள் என்று பூஜிப்பதிலேயே முனைப்பாக இருக்கிறார்கள். 'தெய்வப் புலவர்' அல்லவா அவர்? 'தேவிற் சிறந்த திருவள்ளுவர்' என்றே சொல்கிறது

திருவள்ளுவமாலை, நான்முகக் கடவுளே வள்ளுவராக அவதரித்து குறள் வடித்ததாகவும் சொல்கிறது.

தமிழறிஞர் வ.சுப. மாணிக்கம் 'வள்ளுவம்' என்கிற தலைப்பில் 300 பக்க நூல் ஒன்றை எழுதியிருக்கிறார். 'அழுத்தமான நடையாட்சி' மற்ற இரண்டு பால்களைக் காட்டிலும் காமத்துப்பாலில்தான் அதிகம் என்று ஒத்துக்கொள்ளும் அவர் காமத்துப்பாடல்களைப் பற்றிப் பேச ஒதுக்கிய பக்கங்கள் பத்தைக் கூட தொடாது. காமத்துப்பாடல்களைப் பிரமாதமாக விளக்கும் போதும்கூட "காமத்துபாலை அவரவர் தாமாகக் கற்பதுவே நாண்நெறியாகும்" என்று சொல்லத் தவறவில்லை அவர். ராஜாஜி வள்ளுவரை "முனிவர்" என்றே விளிக்கிறார். அவர் 'வள்ளுவர் வாசகம்' என்று ஒரு நூலை எழுதியுள்ளார். நூல் எனக்கு வாசிக்கக் கிடைக்கவில்லை. ஆனால் இதன் முன்னுரையை இணையத்தில் வாசிக்க முடிந்தது. அறம் சார்ந்த பாடல்களை மட்டும் எடுத்துக்கொண்டு விளக்கியிருப்பதாகவே சொல்கிறது இந்த முன்னுரை. குறளை ஆங்கிலத்தில் மொழிபெயர்க்கையிலும் காமத்துப்பாலில் கைபட்டு விடாது மற்ற இரண்டை மட்டுமே பெயர்த்திருக்கிறார் ராஜாஜி. ஒரு வேளை அன்னாரின் நீடித்த ஆயுளுக்கு இந்த 'புலனடக்கம்' ஒரு காரணமாக இருக்கலாம்.

'எல்லீஸ்' அறத்துப்பா பாடல்களை மட்டும் பெயர்த்ததை 'ஆரம்பகட்ட சிறு முயற்சி' என்பதாகப் புரிந்துகொள்ளலாம். ஆனால் 'வீரமா முனிவர்' காமத்துப்பாலை விட்டுவிட்டு பெயர்த்தது சிற்றின்ப ஒதுக்குதல்தான். 'குன்றக்குடி அடிகளார்' தனது உரையில் முதலிரண்டு பாலிற்கு மட்டும் உரை சொல்லிவிட்டு, காமத்துப்பாலிற்கு பொருள் சொல்லாமல் வெறும் பாடல்களை மட்டும் தந்துவிட்டு தப்பிச் செல்கிறார். முனிவர்களும் அடிகள்களும் காமத்திற்கு அஞ்சுவதை புரிந்து கொள்ள முடிகிறது. ஆனால் அறிஞர்களுக்கு என்ன பிரச்சனை என்பதுதான் விளங்கவில்லை. 'ஃபிரான்ஸ்வா குரோ' என்கிற பிரெஞ்சுக்காரர் ஒருவர் காமத்துப்பாலை மட்டும் பிரெஞ்சில் மொழிபெயர்த்திருப்பதாக 'ஆ.இரா. வேங்கடாசலபதி' தெரிவிக்கிறார். ஒரு வேளை அவர் 'மானுடராக' இருக்கக்கூடும்.

இத்தனைக்கும் காமத்துப்பாலில் 'அல்குலே' கிடையாது. இருந்தால்கூட அது கொத்திவிடும் என்று அஞ்சலாம். 'முலை' ஒரே ஒரு இடத்தில் மட்டும் இடம்பெறுகிறது. ஒரே இடத்தில் மட்டும் 'இடை' வருகிறது. காமத்தை 'இன்ப அன்பு' என்கிறார் தெ.பொ. மீனாட்சி சுந்தரம். நன்றாகவே இருக்கிறது; என்றாலும் அன்பைக் கொண்டு காமத்தை சுத்தப்படுத்தும் முயற்சியும் இதில் வெளிப்பட்டுவிடுகிறது.

வள்ளுவர் மாமுனியா? என்பது எனக்குத் தெரியாது. ஆனால் மிக உறுதியாக மகாகவி. தமிழின் தலைசிறந்த கவிதைகள் என்று மெச்சத்தக்க பல கவிதைகள் காமத்துப்பாலில் உள்ளன. இத்தகைய புறக்கணிப்புகளில் அவை மங்கிவிடக்கூடாது. எனவே அதில் கவனம் கொள்கிறது இக்கட்டுரை.

○○○

"எண்ணி எண்ணி இன்புறத்தக்கது" என்கிற வாக்கியம் கல்விப்புலத்தில் அதிகமும் புழக்கத்தில் இருப்பது. இவ்வாக்கியம் பரிபூரணமாக அர்த்தப்படும் பாடல்கள் என்று காமத்துப்பாடல் களைச் சொல்லலாம். 'குறுகத் தறித்த' இதன் வடிவால் இதற்கு ஒரு மந்திரத்தின் தன்மை கூடிவிடுகிறது. இம்மந்திரத்தன்மை நம்மை எளிதில் அடுத்த பாடலை நோக்கிச் செல்ல விடமாட்டேன் என்கிறது. பல பாடல்களோடு நாம் பல மணி நேரங்களைச் செலவிட வேண்டி இருக்கிறது. அப்பாடல்களை வார்த்தை பிசகாமல் மனனம் செய்துகொள்ள வேண்டி மனம் கிடந்து துடிக்கிறது. திரும்பத் திரும்பச் சொல்லிப் பார்த்து வியக்கிறது.

மற்று யான் என்னுளேன் மன்னோ அவரோடு யான்
உற்ற நாள் உள்ள உளேன்

(**'நினைந்தவர் புலம்பல்'**)

(பின்னும் நான் ஏன் உள்ளேன் எனில், அவரோடு நான் உற்ற நாள் ஒன்று உண்டு. அந்நாளின் இன்பத்தை எண்ணி எண்ணி மகிழ்கிறேன். அதனாலேயே வாழ்கிறேன்.)

இப்பாடலின் ஓசை நயமும், அர்த்தச் செறிவும் என் முழுநாளையும் எடுத்துக்கொண்டது.

காமத்துப்பால் பாடல்களின் வைப்பு முறைகள் பற்றி அபிப்ராய பேதங்கள் உள்ளன. சிலர் அது வடமொழி இலக்கண முறையை பின்பற்றிச் சொல்லப்பட்டிருக்கிறது என்கிறார்கள். சிலர் தொல்காப்பியம் சொல்லும் களவு, கற்பு என்கிற பகுப்பின் அடிப்படையில் வைக்கப்படுள்ளது என்கிறார்கள். சிலர் ஐவகை திணைகளின் அடிப்படையில் பிரிக்கப்பட்டுள்ளது என்கிறார்கள். நான் பண்டிதன் இல்லை என்பதால் என்னால் இது குறித்து உறுதி சொல்ல முடியவில்லை. ஆனால் நமக்குக் கிடைக்கும் எல்லா உரைகளிலும் களவியல், கற்பியல் என்கிற பகுப்பு தெளிவாகவே குறிப்பிடப்பட்டுள்ளது.

அதிகாரப் பகுப்புகள் சில பாடல்களை எளிதாக விளங்கிக் கொள்ள உதவுகின்றன. சில பாடல்களைத் தன் அதிகாரத்திற்குள்

அடக்கி அதன் அர்த்த விரிவைக் கெடுக்கின்றன. சில பாடல்களை அதன் அதிகாரத்திலிருந்து பிரித்தெடுத்து ஒரு ‘தனிக் கவிதையாக’ வாசிக்கையில் அதன் மதுரம் கூடுகிறது. ‘கூற்றுக்கும்’ இது பொருந்தும். உரையாசிரியர் தோழி கூற்று என்பார், நமக்கு அது தலைவி கூற்றாகவே படும். அப்படி வாசிக்கலாம்; அதிலொன்றும் தவறில்லை. இறுதி முடிவு என்றொன்றில்லை. நமது வாசிப்பில் அப்பாடல் மேலும் உயரப் பறக்குமெனில் அது நல்லதே. இப்படி நம் வாசிப்பு பல இடங்களில் மாறுபடும். சில இடங்களில் யாருடைய உரைகளையும் ஒப்ப மாட்டாது மனம் அப்பாடலில் வேறொன்றைத் தேடித் தேடிச் சலிக்கும். ஒரு தருணத்தில் பழந்தமிழ் அகராதி ஒன்றை வைத்துக்கொண்டு எந்த உரையின் உதவியுமின்றி நாமே வாசித்தால் என்ன? என்றுகூட எனக்குத் தோன்றியது.

கரத்தலும் ஆற்றேன் இந்நோய் செய்தார்கு
உரைத்தலும் நாணுத் தரும்.

(‘படர் மெலிந்து இரங்கல்’)

“ஊரார் அறிந்து தூற்றாத வண்ணம் என் காதல் நோயை என்னுள் மறைக்கவும் கூடவில்லை. இந்நோய் யாரால் வந்ததோ அவனிடம் இவ் வேதனையை உரைக்கவும் விடாது என் நாணம் தடுக்கிறது . . .” என்பதுதான் பாடலின் பொருள். பரிமேலழகர் இப்படித்தான் பொருள் சொல்கிறார். ஆனால் அதிகாரப் பகுப்பு, பரிமேலழகர் என எல்லாவற்றையும் மறந்துவிட்டு தனிக்கவிதையாக இதை வாசிக்கையில், ‘கரத்தலும் ஆற்றேன்’ என்கிற சொற்றொடர் தலைவனுக்கும் ஆகி வருவதை உணர முடிகிறது. இப்போது தலைவி சொல்வது, “உன் மேலான என் காதலை என்னால் நீ அறியாவண்ணம் மறைக்கவும் கூடவில்லை. உன்னிடம் அதை உரைத்துப் பிதற்றவும் விடாது என் நாணம் தடுக்கிறது” என்கிறது. இப்படி வாசிக்கலாமா? நான் இப்படித்தான் வாசித்தேன்.

திருக்குறளிற்கு அநேகர் உரை சொல்லியிருக்கிறார்கள். பரிமேலழகர் உரை பிரசித்தமானது என்பது அனைவரும் அறிந்ததே. பரிமேலழகர் உரை ‘மணக்குடவர் உரை’யை அடிப்படையாகக் கொண்டது என்கிறார்கள். ஆனால் இரு உரைகளுக்குமிடையே நிறைய பேதங்களைக் காணமுடிகிறது. அழகர் ‘தலைவி கூற்று’ என்பதைக் குடவர் தலைவன் கூற்றென்கிறார். குடவர் தோழி கூற்றென்பதை அழகர் தலைவி கூற்றென்கிறார். இன்னும் இன்னும் எண்ணற்றோர் உரை சொல்லிக்கொண்டே இருக்கிறார்கள். எனக்கே காமத்துப்பாலுக்கு உன்ர எழுதும் ஆசை உண்டென்பது, நிச்சயம் ‘அய்யனின்’

கொடுப்பினைதான். ஏன் அறமும் பொருளும் பழக்கமில்லையா என்று நீங்கள் கேட்கலாகாது.

சாலமன் பாப்பையாவின் உரையை அநேகமாக அவர் மனைவி மேற்பார்வை செய்திருக்க வேண்டும். அவர் தலைவி என்கிற இடத்திலெல்லாம் கூசாமல் மனைவி என்றே எழுதி வைத்திருக்கிறார். 'கற்பியல்' பாடல்களில் அப்படி எழுதினால் கூட பொறுத்துக்கொள்ளலாம். 'களவியல்' பாடல்களிலும் அவ்வாறே எழுதுகிறார். மனைவி என்று எழுதும்போதே 'காதலின்பம்' குறைந்து போவது நம் காலத்தின் துரதிர்ஷ்டம்.

ஒரு பாடலை பொறுத்தமட்டில் எனக்கு மற்றெல்லா உரைகளையும் விட கலைஞர் உரை பிடித்திருந்தது. வள்ளுவர் கூடலை மட்டும் இன்பம் என்று சொல்லவில்லை. ஊடலையும் இன்பம் என்றே சொல்கிறார். "ஊடுதல் காமத்திற்கின்பம்" என்கிறார். "புலத்தலின் புத்தேள் நாடுண்டோ ..." என்கிறார். அதாவது, காதலரிடம் ஊடும் இன்பத்திற்கு இணையான இன்பம் தேவலோகத்திலும் கிட்டாது" என்கிறார். இவ்வரிசையில் உள்ள பாடல்,

ஊடுக மன்னோ ஒளியிழை யாமிரப்ப
நீடுக மன்னோ இரா.

இப்பாடல் 'ஊடல் உவகை' அதிகாரத்தின் கீழ் வருகிறது. "ஒளியிழாய்! நீ என்னுடன் இன்னும், இன்னும் ஊடுவாயாக! இவ்வூடல் உவகையை நான் இரா முழுக்க பெற்று இன்புறுமாறு இரவு நீளுக!" என்கிறது பாடல். அதாவது தலைவி ஊட, தலைவன் இரக்க, தலைவி ஊட, தலைவன் இரக்க என நீளும் ஊடல் விளையாட்டில் தோன்றும் இன்பம். இப்பாடலுக்கு 'மணக்குடவர் உரை' தவறாக இருப்பதாகவே என் சிற்றறிவிற்குத் தோன்றுகிறது. மு.வ. உரையும் பாப்பையா உரையும் சொத்தையாக உள்ளன. பாப்பையா சொல்வது அவருக்குத்தான் விளங்கும். குடவரும் மு.வவும் ஊடலைத் தணிக்கும் பொருட்டு இரவு நீளட்டும் என்றே பொருள் சொல்கிறார்கள். அழகர் அர்த்தத்தைச் சரியாகச் சொல்லி விடும் போதும் அதில் துல்லியம் இல்லை. இது கலைஞர் உரை:

"ஒளிமுகத்தழகி ஊடல் புரிவாளாக! அந்த ஊடலைத் தீர்க்கும் பொருட்டு நான் அவளிடம் இரந்து நிற்கும் இன்பத்தைப் பெறுவதற்கு இராப் பொழுது இன்னும் நீட்டிப்பதாக!"

"இரந்து நிற்கும் இன்பம்" என்கிற சொற்றொடர் 'ஊடல் உவகையை' மிகத்துல்லியமாகத் தொட்டுவிடுகிறது.

“யாரது . . . இவ்வளவு பெரிய செங்கல்லைத் தூக்கித் தலைமேல் எறிவது . . ?” அறியாச்சிறுவன் தெரியாதுரைத்து விட்டேன்.

“எல்லா உயிர்க்கும் இன்பம் என்பது
தானமர்ந்து வரூஉ மேவற்றாகும்.”

என்கிறது தொல்காப்பியம். இப்படி எல்லா உயிர்க்கும் பொதுவான இன்பத்தைப் பற்றியே பேசுகிறது காமத்துப்பால். ‘காம சூத்திரத்தை’ முன்வைத்து, அது போன்றது என்கிற புரிந்துகொள்ளலிலேயே காமத்துப்பால் வாசிக்கப்படாமல் புறந்தள்ளப்பட்டுவிட்டது என்கின்றனர் ஆய்வாளர்கள். உண்மையில், காமசூத்திரம் போலல்லாமல் இதில் புணர்ச்சி பற்றிய பாடல்கள் மிகக் குறைவாகவே இடம்பெற்றிருப்பதைக் காண முடிகிறது.

காமத்துப்பாலை ‘புணர்வேக்கத்தின் பாடல்கள்’ என்று சொல்வேன். புணர்ச்சிக்கு இடையூறு செய்யும் பிரிவுத்துயர் குறித்தே அதிகமும் பேசப்படுகிறது. பிரிவாற்றாமை, படர் மெலிந்து இரங்கல், கண் விதுப்பு அழிதல், பசுப்புறு பருவரல், தனிப்படர் மிகுதி, நினைந்தவர் புலம்பல், கனவு நிலை உரைத்தல், பொழுது கண்டு இரங்கல், உறுப்பு நலன் அழிதல், நிறை அழிதல், அவர் வயின் விதும்பல், புணர்ச்சி விதும்பல் போன்ற அதிகாரத் தலைப்புகளே இந்த பிரிவுத்துயரை எளிதில் உணர்த்திவிடுகின்றன. இவற்றை தமிழின் தலைசிறந்த ‘காதல் கவிதைகள்’ எனலாம். காமம் என்கிற சொல்லிற்கு பதிலாகக் காதல் என்கிற சொல்லைப் பெய்கையில் சுத்த சைவர்களின் மந்தகாசம் என் கண்முன்னே விரிகிறது.

நமது சங்கப்பாடல்களில் எத்தனை அல்குல்கள்! எத்தனை யெத்தனை முலைகள்! எத்தனை விதமான இடைகள்! முன்பே சொன்னது போல காமத்துப்பாலில் ஒரு இடத்தில் கூட அல்குல் என்கிற சொல் இடம்பெறவில்லை. முலையும் இடையும் தலா ஒரு முறை இடம்பெறுகின்றன.

ஒரே ஒரு முறை என்பதால் அவற்றைப் பார்த்துவிடுவோம்.

அனிச்சப்பூக் கால்களையாள் பெய்தாள் நுசுப்பிற்கு
நல்ல படாஅ பறை.

(‘நலம் புனைந்து உரைத்தல்’)

அவள் அனிச்சப்பூவை அதன் காம்பைக் களையாது சூடி விட்டாள். அந்தோ! அவள் இடைக்கு இனி நல்ல பறைகள் ஒலிக்காது.

காம்பின் பாரம் தாங்காது இடை ஒடிந்து இறந்துவிடுமாம். எனவே இறந்தார்க்கு உரிய சாப்பறைகள்தான் உண்டு. வேறு நல்ல பறைகள் அதற்கு இல்லை என்கிறார்.

கடாஅக் களிற்றின் மேற் கட்படாம் மாதர்
படாஅ முலைமேல் துகில்.

('தகை அணங்கு உறுத்தல்')

மதக்களிறு ஒன்றிற்கு முகப்படாம் பூட்டியது போலே உள்ளது, இவள் தன் செழித்த முலை மேலே சாத்திய துகில்.

இரண்டும் கொலைத் தொழிலில் வல்லன அன்றோ?

'உண்கண்' என்கிற சொல் நமது சங்கப்பாடல்களில் அதிகமும் தென்படுகிறது. உரையாசிரியர்கள் அதற்கு 'மையுண்ட கண்' என்று பொருள் சொல்கிறார்கள். நான் முதன்முதலில் இந்தச் சொல்லைச் சந்தித்தபோது "உண்பன போலும் கண்கள்" எனப் புரிந்துகொண்டு மெய் சிலிர்த்துப் போனேன். பிறகு உரையை வாசித்துவிட்டு கடும் ஏமாற்றம் அடைந்தேன். காமத்துப்பாலை வாசிக்கையில் மீண்டும் என்னை பரவசம் தொற்றிக்கொண்டது

கண்டார் உயிருண்ணும் தோற்றத்தால் பெண்டகைப்
பேதைக் கமர்த்தன கண்

('தகை அணங்கு உறுத்தல்')

"கண்டார் உயிர் உண்ணும் கண்" என்று சொல்லிவிட்டார் வள்ளுவர். மையுண்ட கண்களை விட, உயிர் உண்ணும் கண்கள் இன்னாததன்றோ?! அதனாலேயே இனியவையன்றோ?!

இது போன்றே 'என் பொருள் கொள்ளலில்' நான் மேலும் இனிப்பாக்கிக் கொண்ட பாடல் ஒன்று 'பிரிவாற்றாமை' அதிகாரத்தின் முதல் பாடல். உண்மையில் அவன் காதலன் எனில் இப்பாடலைத் தாண்டி ஒரு அடிகூட எடுத்து வைக்க முடியாது . . .

செல்லாமை உண்டேல் எனக்குரை மற்று நின்
வல்வரவு வாழ்வார்க் குரை

"செல்லேன்" என்கிற ஒற்றைச் சொல்லை மட்டும் என்னிடம் சொல்; உனது வேறு சமாதானங்களையெல்லாம் நீ வருகையில் யார் உயிரோடு இருப்பார்களோ அவர்களிடம் சொல். என்னிடம் சொல்லிப் பயனில்லை."

'வல்வரவு' என்கிற சொல்லிற்கு 'விரைந்து வருதல்' என்று பொருள் தரப்படுகிறது. நான் அச்சொல்லை 'நல்வரவு'க்கு

எதிராக வைத்து வாசித்தேன். அப்போது மேலும் சுவையூறக் கண்டேன்.

காமத்துப்பாலின் முதல் அதிகாரம் "தகை அணங்கு உறுத்தல்..." அதன் முதல் பாடல் இது:

அணங்கு கொல் ஆய்மயில் கொல்லோ கனங்குழை
மாதர் கொல் மாலும் என் நெஞ்சு.

கனத்த குழை அணிந்து வரும் இவள் அணங்கு தானோ அல்லது ஆய்மயிலோ அல்லது பெண்ணே தானோ? அறியாது மயங்கி மாலும் என் நெஞ்சம்.

இன்றைய புத்திளைஞனின் காதல் கதையிலும் முதல் காட்சி இந்த 'சிலைத்தல்' தான். பேரழகின் முன்னே சிலையாகி ஸ்தம்பிக்கும் இந்தக் காட்சியேதான், இன்றுவரை நமது அநேக சினிமாக்களிலும் காதலர் கண்ணுறும் முதல் காட்சி. "ஆய்மயிலை படைத்தோன் விசேடமாக ஆய்ந்து படைத்த மயில்" என்கிறார் அழகர்.

அய்யன் 'கனங்குழை' என்பதற்கும், அடியேன் 'ஜிமிக்கி' மீது கொள்ளும் மாளாத மோகத்திற்கும் ஏதும் ஜென்மாந்திர சம்பந்தம் இருக்குமா என்பது குறித்து தீவிரமாக யோசித்துக் கொண்டிருக்கிறேன்.

காமம் துய்க்க பிரிவு எவ்வளவு அவசியம் என்று சொல்கிறார் வ.சுப. மாணிக்கனார்:

"பிரிவு, புணர்ச்சியின் பொதுவடிப்படை. இடையீடு இல்லா நாட்புணர்ச்சி கோழிப்புணர்ச்சி போன்றது. நாட்காமம் எடுத்தற்கெல்லாம் வெகுளும் முன்சினம் போல வலுவற்றது; உள்ளத்திற்கும் உடலுக்கும் குடும்பத்துக்கும் கேடு பயப்பது. பிரிவால் அகமும் மெய்யும் அறிவும் திண்ணியவாம். பிரிவின் அகற்சிக்கு ஏற்ப புணர்ச்சித் தழுவலும், பிரிந்த வேட்கைக்கு ஒப்ப புணர்ச்சியின் பலமும் பெருகும். கூட்டுப்பேரின்பம் பிரிவுப் பெருந்துன்பத்தால் முகிழ்கும் என்பது காம வள்ளுவம். ஆதலின், காமத்துப்பாலின் இருபத்தைந்து அதிகாரங்களுள் பதினைந்து அதிகாரங்களைப் பிரிவுப் பொருளாக ஆசிரியர் அமைத்தார்."

ஆம்... காமத்துப்பாலில் பிரிவுப் பாடல்களே அதிகம்.

தொடிற்சுடின் அல்லது காமநோய் போல
விடிற்சுடல் ஆற்றுமோ தீ.

('பிரிவாற்றாமை')

நெருப்பு காமநோய் போல அவ்வளவு கொடியது அல்ல. அது தன்னைத் தொட்டால்தான் சுடும். காமமோ விட்டாலும் சுடுமளவு கொடிது.

விளக்கு அற்றம் பார்க்கும் இருளே போல் கொண்கண்
முயக்கு அற்றம் பார்க்கும் பசப்பு.

('பசப்புறு பருவரல்')

விளக்கு அணையும் நொடியை எதிர்பார்த்து நிற்கிறது இருள். அடுத்த கணம் தான் விரவி நிறைவோம் என. அது போலே காத்து நிற்கிறது பசலை. தலைவன் நீங்கின், மறுகணம் தான் ஊர்ந்து படர்வோம் என.

தலைவன் "தொடுவுழித் தொடுவுழி நீங்கி விடுவுழி விடுவிழிப் படர்கிறது" பசலை என்கிறது குறுந்தொகை.

துஞ்சுங்கால் தோள் மேலர் ஆகி விழிக்குங்கால்
நெஞ்சத்தார் ஆவர் விரைந்து.

('கனவு நிலை உரைத்தல்')

துஞ்சும்போது என் தோள் மேல்தான் இருக்கிறான் தலைவன். அவனைக் காணும் ஆவலில் விழித்துப் பார்த்தால் நெஞ்சிற்குள் ஓடி ஒளிந்துகொள்கிறான்.

காலை அரும்பி பகலெல்லாம் போதாகி
மாலை மலரும் இந்நோய்.

('பொழுது கண்டிரங்கல்')

காலையில் அரும்பி பகலெல்லாம் போதாகி மாலையில் மலரும் இப்பசலை நோய்.

"போது" என்கிற சொல்லிற்கு 'மலரும் பருவத்தரும்பு' என்று பொருள் சொல்கிறது சென்னைப் பல்கலைக்கழக தமிழ்ப் பேரகராதி.

ஓஓ இனிதே எமக்கிந் நோய் செய்த கண்
தாஅம் இதற்பட்டது

('கண் விதுப்பு அழிதல்')

மகிழ்ச்சி! மகிழ்ச்சி! முன்பு என்னைக் காதல் நோய்க்கு ஆளாக்கிய கண்கள், தானும் தலைவனை வேண்டி இப்படி அழுவது குறித்து மகிழ்ச்சி! பெருமகிழ்ச்சி!

காமக் கடல்மன்னும் உண்டே அது நீந்தும்
ஏமப் புணைமன்னும் இல்.

('படர் மெலிந்து இரங்கல்')

என் முன்னே காமம் கடல் போன்று விரிந்து கிடக்கிறது. ஆனால் அதைக் கடந்து செல்லப் புணை மட்டும் இல்லை.

என் நெஞ்சுக்குள் கனன்றபடியே இக்கட்டுரைக்குள் வரவாய்க்காத 'பிரிவுப்பாடல்கள்' ஒரு கோணல் சிரிப்புடன் என்னை நேர் நோக்குகின்றன. நான் அவற்றின் காலடியில் நெடுஞ்சாண்கிடையாக விழுந்து தொழுகிறேன்.

திருக்குறள் வெண்பா இலக்கணத்தில் ஆனது. அவ்விலக் கணத்தை நிரப்ப அசைச்சொற்களும், அளபெடைகளும் பயன்படுத்தப்படுகின்றன. வெறுமனே இலக்கணத்தை நிரப்பாமல், கவிதையின் ஆன்மாவிற்கும் அளபெடைகள் துணைசெய்யுமாயின், அது கூடுதல் விசேஷத்தை அடைந்து விடுகிறது.

பெறாமை அஞ்சும் பெறின் பிரிவஞ்சும்
அறாஅ இடும்பைத் தென் நெஞ்சு.

('நெஞ்சொடு புலத்தல்')

"காதலைப் பெறாமல் வாடி நிற்கும். பெற்ற பின்னோ பிரிவிற்கு அஞ்சி நிற்கும். எப்போதும் தீரவே தீராத துயரம் என் நெஞ்சிற்கு."

இதில் 'அறாஅ' என்கிற அளபெடை வெறுமனே செய்யுளை புறத்தே அலங்கரிக்காமல், கவிதையின் அகத்தொடு கலந்து ஒளிவீசுகிறது.

மகாகவிதான்! அதில் சந்தேகமில்லை என்கிற போதும், ஒரு பிரமாதமான கவிதைக்குப் பிறகு, அதைப் போன்றே ஒரு சுமாரான கவிதையை செய்து வைக்கும் வழக்கம் வள்ளுவரையும் விட்டுவைக்கவில்லை. உதாரணம் வேண்டுமானால் 'நிறை அழிதல்' அதிகாரத்தில் வரும் 5ஆவது மற்றும் 6ஆவது பாடல்களை வாசித்துப் பார்க்கலாம். அதிகாரத்திற்குப் பத்துப் பாடல்கள் என்கிற கட்டாயத்தாலும் இது நேர்ந்திருக்கலாம்.

சில இடங்களில் ஒன்றே போன்ற கவிதையை வேறு வேறு சொற்களில் எழுதி வைத்திருக்கிறார். அவை ஒன்றையொன்று வனப்பில் விஞ்சி நிற்கின்றன. உதாரணமாக 'பசப்புறு பருவரல்' அதிகாரத்தில் வரும் 5ஆவது மற்றும் 6ஆவது பாடல்களைச் சொல்லலாம்.

ஒரே அதிகாரத்தின் கீழ் வரும் இரண்டு பாடல்கள் என்றல்ல, சமயங்களில் வேறு வேறு அதிகாரங்களில் இடம் பெறும் இரண்டு பாடல்களுக்கிடையேயும் இந்த ஒத்தசாயலை காணமுடிகிறது.

புலப்பல் எனச்சென்றேன் புல்லினேன் நெஞ்சம்
கலத்தல் உறுவது கண்டு.

('நிறை அழிதல்')

ஊடற்கண் சென்றேன்மன் தோழி அது மறந்து
கூடற்கண் சென்றதென் நெஞ்சு.

(புணர்ச்சி விதும்பல்)

இரண்டு பாடல்களிலும் தலைவி ஊடலை விரும்ப, அவள் நெஞ்சம் சொல் பேச்சு கேளாமல் கூடலை விரும்பிச் சேர்ந்து விடுகிறது. எனினும் 'கூறியது கூறலின்' அலுப்பு இக்கவிதைகளை அண்டுவதில்லை என்பது உண்மை.

மலரினும் மெல்லிது காமம் சிலரதன்
செவ்வி தலைப் படுவார்

என்கிறது ஒரு பாடல். ஓயாது புணரும் இவ்வுலகில் சிலரே காமத்தின் செவ்வியை உணர்வர் என்கிறார். அப்படி உணரச் செய்ய உறுதுணையாகவே வள்ளுவர் காமத்துப்பாலை ஆக்கி வைத்தார்.

ஊடிப்பெறுகுவம் கொல்லோ நுதல்வெயர்ப்பக்
கூடலில் தோன்றிய உப்பு.

('ஊடல் உவகை')

இப்பாடல் ஒரு மாயம் போல இருக்கிறது. உப்பையே தருகிறது ஆனாலும் அவ்வளவு இனிக்கிறது. நுதல் வியர்த்துக் கொட்டும் படியான தோய்ந்து நீளும் கலவி இன்பத்தை ஊடிப் பெறுவோம் என்கிறார் அய்யன். கூடியல்ல ஊடலின் வழியே பெறுவோம் என்கிறார்.

"இஃது ஊடினார்க்கு அல்லது இன்பம் பெறுதல் அரிதென்றது" என்கிறார் மணக்குடவர்.

காமம் வெறும் "உரலும் உலக்கையும்" அல்ல என்கிறார் மகாகவி . . .

"கண்களவு கொள்ளும் சிறுநோக்கம் காமத்தில்
செம்பாகம் அன்று பெரிது"

(குறிப்பறிதல்)

அவளது கள்ளத்தனமான கடைக்கண் நோக்கே போதும், அதுவே காம இன்பத்தில் சரிபாதியைத் தந்துவிடுகிறது. இல்லையில்லை அதற்கு மேலும் நல்கிவிடுகிறது.

காமத்துப்பாலின் சில பாடல்களைக் குசும்புக்கார அலுவலக நண்பர் ஒருவரிடம் படித்துக் காட்டினேன். அவர் சொன்னார் . . .

> "வாசுகியின் வாளி ஒரு வேளை அந்தரத்தில் நின்றிருக்கலாம். ஆனால் வள்ளுவரின் வாளி அப்படி நிற்குமா என்பது சந்தேகந்தான் போல?"

○○○

ஆண்ட்ராய்டுகள் காதலின் இன்பத்தை, பரவசத்தை மென்று தின்றுவிட்டன. அதன் வழியே குரோதமும், பாவமுமே பெருக்கெடுத்து ஓடுகின்றன. 'காத்திருப்பின் களிப்பு' இன்றைய காதலில் அறவே இல்லாது போய்விட்டது. அவர்கள் ஆளுக்கொரு திசையில் இருந்த போதிலும் 24 மணி நேரமும் ஒன்றாகவேதான் இருக்கிறார்கள். "அதீத நெருக்கம் குழந்தைகளையும் வெறுப்பையும் உண்டாக்குகிறது" என்று அயல்தேசத்து அறிஞர் ஒருவர் சொல்லி இருக்கிறார்.

'பசலை' என்பது இன்று ஒரு பழங்கனவு. தலைவி தன் நிர்வாணத்தை ஒரு நொடியில் தலைவனுக்கு வழங்கி விடுகிறாள். அவன் அதைக் கண்டு கண்டு இன்புறுகிறான். அவன் இன்புறுவது மட்டுமல்ல, தோழமை மேலீட்டால் தன் நண்பர்களுக்கும் படையல் வைக்கிறான். சிறு பிணக்கு நேர்ந்தால் கூட அந்தப் படத்தை இணையத்தில் ஏற்றிவிடுவேன் என்று மிரட்டுகிறான்; ஏற்றியும் விடுகிறான். நிர்வாணத்தை பரஸ்பரம் பரிமாறிக் கொள்வது வரைகூட சிக்கலில்லை. ஏனெனில் 'ஒருயிர் ஈருடல்' அல்லவா? ஆனால் அதை வெளியரங்கமாக்குவது கயமை. கீழ்மைகளில் தலையாய கீழ்மை.

ஆண்ட்ராய்டுகள் காதலின் இன்பத்தை மட்டுமல்ல. காமத்தின் இன்பத்தையும் சிதைத்துத்தான் விட்டன. என்னை மரணப்படுக்கையில் எழுப்பிக் கேட்டாலும் 'பதினோருமணிக் காட்சி' காணச் சென்ற அனுபவத்தை பேரின்பம் என்றே சொல்வேன். அதில் 'ஒன்றுமே' காட்டாத போதும். இன்று காமம் கைப்பிடிக்குள் வந்துவிட்டது. ஆனால் இன்பம் வெளியேறி விட்டது. நாவூறித் ததும்பும் தேனினும், சித்தத்தில் தித்திக்கும் தேனே தேன்.

வள்ளுவர் கட்டற்ற காமத்தை எழுதவில்லை. 'பிறனில் விழையாமை' எழுதியவர், ஒழுக்கம் உயிரினும் ஓம்பப்படும்

என்றவர் அப்படி எழுதியிருக்க வாய்ப்பில்லைதான். 'ஒத்த மனமுடைய தலைவனும் தலைவியும் கலந்து பெறும் 'இன்பஅன்பையே' அவர் எழுதிக்காட்டி காமத்தை சுத்தப் படுத்தினார் என்கிறார் தெ.பொ.மீ.' "காமத்தின் குடல் விளக்கம் செய்த பெருமானார்" என்கிறார் வள்ளுவரை.

எல்லா அறிஞர்களும் ஒத்த மனம், ஒத்த மனம் என்று விடாது சத்தம் செய்கிறார்கள். ஆனால் இன்றைய இல்லறம் அப்படி ஒத்த மனங்களுக்கிடையேதான் நிகழ்கிறதா என்பது பிரதானமான கேள்வி. 'ஆளுக்கொருபாதி'யாக இருந்த காதலர்கள்கூட திருமணத்திற்குப் பிறகு நேரெதிர் திசையில் திரும்பிக்கொள்கிறார்கள். "நிஷாவ நெனச்சுட்டு உஷா கூட வாழ முடியாது..." என்பது 'வடிவேலார் வாக்கு.' அதெல்லாம் வாழ்ந்துவிடலாம் வைகையாரே... உஷாவின் உடலுக்குள் நிஷாவைத் திணித்துவிடுவதில் தேர்ந்தவர்கள் நம் தலைவர்கள். சுரேஷின் உடலுக்குள் ரமேஷை ஒளிப்பதில் வல்லவர் நம் தலைவியர்.

நுண்ணியரன்றோ நம் காதலர்!

காலச்சுவடு, ஆகஸ்ட் 2017

4

நகை மொக்குள் உள்ளது ஒன்று

மனுஷ்ய புத்திரனின் 'தித்திக்காதே'

முகைமொக்குள் உள்ளது நாற்றம் போல் பேதை
நகைமொக்குள் உள்ளது ஒன்று.

முகைமொக்குள் உள்ளது ஒரு நறுமணம். அது போலே அவள் நகைமொக்குள் உள்ளது ஒரு குறிப்பு.

('திருக்குறள் – காமத்துப்பால்')

'சிலைகளின் காலம்', 'இடமும் இருப்பும்' ஆகிய இரண்டு புத்தகங்களுக்கு . . ." என்பதாக என் நூல் ஒன்றை சமர்ப்பிக்க வேண்டும் என்று ஆசைப்பட்டிருக்கிறேன். இன்னும் அந்த ஆசை நிறைவேறவில்லை. ஆனால் அது அடங்கி விடவும் இல்லை. மனுஷை சமீபத்தில்தான் சந்தித்தேன். இது உண்மை . . . ஆனால் இந்த உண்மையைச் சொன்னால் இது ஏதோ அபாண்டமான பொய் போலத் தொனிக்கிறது. அவரை எனக்கு சுமார் 16 வருடங்களாகத் தெரியும் என்று மொக்கையாக ஒரு கணக்குச் சொல்லலாம். ஆனால் அதுவும் பொய் போன்றே தொனிக்கிறது. உண்மையில் நான் என் பிள்ளைப்பிராயத்தில் எப்போது முதன்முதலாக மனங்கசந்து தனித்தழுதேனோ அப்போதிருந்தே எனக்கு மனுஷைத் தெரியும்.

எந்தக் காதலி என்னை மடியில் கிடத்திக் கொண்டாளோ, எந்தக்காதலி என் தலைகோதி விட்டாளோ, எவள் என் விசும்பலை முத்தத்தில் ஒற்றி எடுத்தாளோ, எவள் தன் மூக்கு நுனியால் என் மூக்கு நுனியை முதன்முதலாகத் தொட்டாளோ, எவள் என் காதுமடல்களை இனிக்கக் கடித்தாளோ அவளுக்கு 'நீராலானது' என்று பெயர். அவளைத் தவிர வேறு யாரும் என்னை மடியேந்தவோ, முடிகோதவோ இல்லை. இவை உங்களுக்கு முக்கியமற்றவைகளாக இருக்கலாம். எனக்கு முக்கியம். நேராக 'தித்திக்காதே' தொகுப்பின் 19ஆம் பக்கத்தை பாருங்கள் . . . என்று சொல்லிவிடலாம். ஆனால் அது கயமை. என்னை "என் இளைஞன்" பார்த்துக்கொண்டிருக்கிறான். "எவ்வளவு பெரிய வேடதாரி நீ . . . எவ்வளவை மறைக்கிறாய் பார் . . ." என்றவன் கேட்கிறான்.

தன் அந்தரங்கத்துக் காதலியை முத்தமிடக் களமிறங்கும் ஒருவனைப் பார்த்து அவன் அவ்வளவு கேலியாக நகைக்கிறான். அவனுக்குத் துளிகூட பதற்றமில்லை. யாராலும் தன் முத்தத்தை பதிலி செய்துவிட முடியாது என்பதில் அவனுக்கு அசைக்கமுடியாத இறுமாப்பு. "இளைஞனே . . . நீயே அவரது அந்தரங்கன். நான் வெறுமனே அவரது புத்தகத்தைப் பற்றி 10 நிமிடங்கள் பேசிவிட்டுப் போக வந்தவன். என் வழியின் குறுக்கே நின்றுகொண்டு ஏன் தேவையற்ற சச்சரவுகளில் ஈடுபடுகிறாய் . . ?"

இலக்கியம் சார்ந்தும், கவிதை சார்ந்தும் மிக அரிதாக எனக்குச் சில திமிரான உறுதிப்பாடுகள் உண்டு. அதிலொன்று "மனுஷின் கவிதைகள் குறித்து என்னைவிட வேறு எவனாலும் சிறப்பாகப் பேசிவிட முடியாது . . ." என்பது. ஆனால் அந்தத் திமிர் என்னைப் போன்றே அநேக மனிதர்களிடமும் இருப்பதைச் சீக்கிரமே கண்டுகொண்டேன். புதிதாக வாசிக்கத் துவங்கியிருக்கும் ஒருவனின் மனதிலும் இந்தத் திமிர் இயல்பாகவே குடியேறி விடுகிறது. ஏனெனில் மனுஷின் கவிதைப் புத்தகத்தைப் புரட்டும் புது வாசகன் சில பக்கங்களிலேயே தன்னை அதில் பார்க்கத் துவங்கிவிடுகிறான். அவனைப் பரவசம் பற்றிக்கொள்கிறது. அவன் கண்கள் நிறைந்துநிறைந்து வழிகின்றன. "இது நான்தான் . . . இது நான்தான் . . ." என்று கத்திக்கொண்டே நடுரோட்டில் ஓட வேண்டும் என்று தோன்றிவிடுகிறது அவனுக்கு. அங்கு பிடிக்கிறது அவனுக்குச் சனி.

'தித்திக்காதே' தொகுப்பில் 2016ஆம் ஆண்டில் அவர் எழுதிக்குவித்த 186 கவிதைகள் தொகுக்கப்பட்டுள்ளன. இதைவிட இரண்டுமடங்கு கவிதைகளையும் அவர் இதே ஆண்டில்

எழுதியிருக்கிறார். அவை இரு வேறு நூல்களாகத் தொகுக்கப் பட்டுள்ளன. 'தித்திக்காதே' தொகுப்பின் கவிதைகளைக் காதல் கவிதைகள் என்று ஒரு வசதிக்காக வகைப்படுத்திக் கொள்ளலாம். உண்மையில் மனுஷின் அநேக கவிதைகளும் காதல் கவிதைகள் தான் என்பது என் எண்ணம். ஒரு காதலியின் முன் கசிந்துருகுவது போல்தான், காதலியின் முன் கண்ணீர் மல்குவது போல்தான், அவள் முன்னே கைநரம்பை அறுத்துக்கொள்வது போல்தான் அவர் அநேக கவிதைகளை எழுதுகிறார். சமயங்களில் முத்தஞ் செய்கிறார். சமயங்களில் கடித்துவைக்கிறார். ஒரு 'அந்தரங்கத்தின் கிசுகிசு' அவரது கவிதைகளில் கேட்டுக்கொண்டே இருக்கிறது. இதன் வழியே அவர் இன்னொரு மனத்தின் ரகசியத்தை மிகச்சரியாகச் சென்று தொட்டுவிடுகிறார். இந்த அந்தரங்கத்துக் கிசுகிசுக்களின் வழியே தான் அவரை நோக்கி எண்ணற்ற 'லூஸ்ஹேர்கள்' படையெடுத்து வருகின்றன.

பெருந்தவிப்பின் உக்கிரத்தில் எழுதிக்குவிக்கப்பட்ட கவிதைகளுக்கே உரிய சூடு இதில் உண்டு. இதன் உபவிளைவாகச் சில கவிதைகள் ஒருவித 'கச்சிதமின்மை'யுடன் வெளிப்பட்டுள்ளன. சில கவிதைகளை நீக்கியிருக்கலாம் என்றும், சில கவிதைகளை முடித்திருப்பதற்கும் சற்று முன்பாகவே முடித்திருக்கலாம் என்றும் தோன்றுகிறது. உதாரணமாக "நீ என்னை உணரச்செய்யும் விதம்" கவிதையில் வரும் இடை வரிகளான ...

> அவனது நடனம் / அவனைக் கொன்றுவிட்டது
> ஒருவர் பிரபஞ்சத்தின் விளிம்புகளுக்கு
> நடனமாடிக் கொண்டே செல்லலாம்
> என்று நினைக்கக் கூடாது.
> சட்டென அந்தப் பக்கம் / விழுந்து விடுவோம் ...

என்கிற வரிகள் எனக்குப் போதுமானவை. ஆனால் அவருக்குப் போதவில்லை. அதைச்சொல்ல அவர் அக்கவிதையை எழுதவும் இல்லை. நின்று நிதானிக்க அவருக்கு நேரமில்லை. நின்று நிதானித்திருந்தால் இவ்வளவு கவிதைகளை எழுதியிருக்கவும் வாய்ப்பில்லை. கனகச்சிதம் என்று சொல்லவும் நிறைய உதாரணங்கள் உண்டு.

அன்பைத்தின்னுதல்

> சாப்பிட உனக்கு
> என்ன பிடிக்கும் ?
> அன்பாய்த் தரும்
> எதையும்
> சாப்பிடப் பிடிக்கும்.

அன்பையே சாப்பிட
அதைவிடப் பிடிக்கும்.

தூய்மை தரும் தனிமை

உன் அன்பை
உன் காதலை
இவ்வளவு பரிசுத்தமாக
வைத்துக் கொள்ளாதே
என்னால்
அதைக் கூச்சமின்றி
புழங்க முடியவில்லை.

இயல்பாகவே நான் மனுஷின் கவிதைகளிடமிருந்து நிறையக் கற்றிருக்கிறேன். 'வரவில்லை' என்பதற்கும் 'வரவேயில்லை' என்பதற்கும் இடையே ஒலிப்பது வெறும் ஏகாரமல்ல என்பதை அவரிடமிருந்துதான் கற்றுக்கொண்டேன். 'ஒரு' என்கிற சாதாரணச் சொல் எவ்வளவு சங்கீதமானது என்பதையும். அவரது பல கவிதைகளில் இந்த 'ஒரு'வை நீக்கிவிட்டு வாசிக்கவே இயலாது. வாசித்தால் வாய் கோணித்துக்கொள்ளும். உரைநடையை ஒடித்துப்போட்டது போன்று பாவனை காட்டும் இக்கவிதைகள், உண்மையில் பாடல்களின் சாயல்களால் ஆனவை.

வெற்று அழகில் மயங்கிப் பிதற்றும் சாதாரணக் காதல் கவிதைகள் அல்ல இவை. காதலின் லீலாவினோதங்களைக் கண்டடைய முயல்பவை. எவ்வளவு புரட்டினாலும் தீர்ந்து விடாத காதலின் புத்தகத்தை முழுசாகப் புரட்டிப் பார்த்துவிட பேராசை கொள்பவை. 'சூது கவ்வும்' திரைப்படத்தில் மிகச் சரியான ஒரு தருணத்தில், மிகச்சரியாக ஒரு வசனம் வரும்... "வாழ்றான்யா ..." என்று. 'நகம்' கவிதையை வாசிக்கையில் அவ்வசனத்தைச் சொல்லிக்கொண்டேன். இத்தனையித்தனை கவிஞர்கள் தோன்றிக் காதலை இப்படி புரட்டிப்புரட்டி எடுத்தாலும் அதன் வசம் இன்னும் ஏதோ மிச்சமிருக்கிறது என்பது மிகவும் ஆச்சர்யமான விஷயம்தான்.

நகம்

நகம் வெட்டிக் கொள்வது
எனக்கு மிகவும்
பிடித்தமான செயல்

யாரோ ஒருவர்
என் கைகளைத்
தன் தொடை மேல் வைத்துக் கொண்டு
என் நகத்தைத் கவனமாகத் துண்டிக்கும் போது
அந்த நகம் உடையும் ஓசையில்

பிரியத்தின் சங்கீதங்கள் கேட்பது
எனக்கு மட்டும்தானா?
அந்த நகங்களால்
பிரியத்தின் மென் இதழ்களை
சற்றே கிள்ளிப் பார்த்திருக்கிறேன்.
என்னால்
பிறருக்குக் கீறல்கள் ஏற்படும்
காலங்களில் எல்லாம்
எனக்கு நகம் வெட்டிவிடும் ஒருவரைத் தேடி
நான் தாமதிக்காமல் கிளம்பி விடுகிறேன்.

நான் நகம் வெட்டிக்கொள்ளும்
ஒவ்வொருமுறையும்
என் உடல் எடை
கணிசமாகக் குறைந்து விடுகிறது.

காதலின் சின்னஞ்சிறு தருணத்தைக்கூட கவிதையாக்கிவிட மனுஷால் முடிகிறது. உண்மையில் காதலில் சின்னஞ்சிறு தருணம் என்று ஏதேனும் உண்டா என்ன? 'நகம்' கவிதையை வாசித்து முடிக்கையில் தன்னியல்பாக எனக்கும் ஒரு கவிதை தோன்றியது. "ஆஹா ... வெகு காலம் கழித்து நாமும் ஒரு காதல் கவிதை எழுதிவிட்டோம் ..." என்று அகம் மகிழ்ந்து போனேன். சில பக்கங்களைப் புரட்டினால் அந்தக் கவிதையையும் மனுஷே எழுதி வைத்திருப்பதைக் கண்டேன். மனமொடிந்து போனேன். "மஹா ப்ரபொ ... நாங்களும் காதலிக்கிறோம் ... எங்களுக்கும் கொஞ்சம் கவிதைகள் வேண்டும்."

ஒரே ஒரு ஆசுவாசம்தான் எனக்கு. காதலைப்பற்றி இவ்வளவு தெரிந்துவைத்திருக்கிற ஒருவனால் சத்தியமாக நிம்மதியாகக் காதலித்துவிட முடியாது என்பதுதான் அது.

காதலைப் போலவே காமத்தின் வெவ்வேறு குணரூபங் களையும் நெருங்கிப் பார்க்கின்றன இக்கவிதைகள். தொகுப்பில் நிறைய 'ஹுக்குகள்' காணக்கிடைக்கின்றன. ஹுக்குகளில்தானே மொத்த காமமும் முடிச்சிட்டுக் கட்டப்பட்டுள்ளது. மனிதனுக்கு அதை அவிழ்த்து அவிழ்த்து தீர்ந்துவிட்டதா என்ன? மோகன ரங்கனின் கவிதை ஒன்று நினைவுக்கு வருகிறது ...

களைந்த பின் / தேடி / ஏமாறுகிறேன்
உடுத்தி/ நீ / நடக்கையில்/ பிறப்பித்து
உலவவிட்ட இரகசியங்கள் ஒவ்வொன்றையும்.

உண்மையில் ஹுக்கை அவிழ்த்ததும் காமம் விடை பெற்றுக்கொள்கிறதா என்ன? நான் இதில் சிறுவன். மனுஷைப் போன்ற அறிஞர்களிடம் இந்த சந்தேகத்தை விட்டுவிடுகிறேன்.

ஹூக்குக்கு பதிலாக பொத்தானைப் பற்றிய வரியொன்று போகத்திற்கு நிகரான போதையை அளித்தது...

இறுக்கமான ஆடைகளிலிருந்து
மெல்லிய ஆடைகளுக்கு
மாறிக் கொண்டிருக்கிறாயா என்ன
ஒரு பட்டன் விடுபடும் ஓசை
ஒரு சிறிய துப்பாக்கி குண்டினைப் போல
என் மூளையில் வெடித்துச் சிதறுகிறது . . .

(**'தண்ணீரைப் போல வந்தவளுக்காக'**)

"வாழும் வரை ராமச்சந்திர மூர்த்தியாகவே வாழ்ந்து மரிக்கக் கடவது..." என்று சபிக்கப்பட்ட ஜீவன்களின் மனதில் கடும் நெருக்கடிகளை ஏற்படுத்த வல்லவை மனுஷின் சொற்கள்...

எதிர்பாராத
ஒரு ஸ்பரிசத்தை விடவும்
எதிர்பாராத
ஒரு முத்தத்தை விடவும்
சடாரென உதறும் கூந்தலின்
ஒரு நீர்த்துளி
என் இச்சையின் கதவுகளைப்
படபடவென வேகமாகத் தட்டுகிறது...

(**'உதறும் கூந்தலில் உதிரும் நீர்த்துளிகள்'**)

இந்த "சடார் சத்தத்தின் சவுக்கு வீச்சு" என்னைப் போன்ற எளிய ஜீவன்களின் நெஞ்சில் வந்துவிழுகிறது.

மனுஷ்யபுத்திரன் தன் எழுத்துக்களின் வழியே எனக்கு நிறைய தந்திருக்கிறார். பதிலுக்கு நான் ஒரு 'வாணி ஸ்ரீ'யை அவருக்கு தந்து கணக்கை நேர் செய்துகொண்டேன். மிச்சமிருக்கும் கணக்கு என்பது பல்லிடைத் துணுக்கு. உண்மையில் என் வாணி ஸ்ரீ அவ்வளவு சோர்ந்தவளாக வீணையின் மேல் தலைசாய்த்துத் தூங்கிக்கொண்டுதான் இருந்தாள். மனுஷ்தான் அவளைத் தொட்டெழுப்பினார். "நீ ஒரு வாணி ஸ்ரீ... இப்படி சோம்பித் திரியலாமா?" என்று அவர்தான் அவளை உற்சாகீ ஆக்கினார். பிறகு அவள் வீணையிலிருந்து இனிய நாதங்கள் எழுந்து வந்தன.

உண்மையில் அவளை என்னைவிட நன்றாகவே பார்த்துக் கொண்டார் மனுஷ். அவளை முகநூல் முழுக்கப் பெருமிதத்தோடு உலவவிட்டார். அவள் நாளிதழ்களில் வந்தாள். சேனல்களில் பேசப்பட்டாள். இவ்வளவு சொகுசை அனுபவித்துவிட்ட பின், அவள் மீண்டும் வானம் பொத்துக்கொண்டு ஊற்றும் 42 Aவில்

என் பக்கத்து சீட்டில் அமர்ந்துகொண்டு பயணித்து வருவாள் என்று எதிர்பார்ப்பது முட்டாள்தனம். இனி "அவள் இல்லை... வரமாட்டாள்... நம்பாதே..." என்று என்னை நானே தேற்றிக் கொள்கிறேன்.

'வாணி ஸ்ரீ' கவிதைகளை குறித்த நண்பர் விஷால் ராஜாவின் கட்டுரை ஒன்று இப்படிச் சொல்கிறது...

நான் இதில் முக்கியமாகக் கவனிக்கிற விஷயம். மனுஷ் தன்னுடைய கவிதைகளில் பகடியை இவ்வளவு தூரத்திற்கு அனுமதிப்பது. அவர் சமீபமாக எழுதுகிற கவிதைகளில் வழக்கத்திற்கும் மாறாக அதிகமாகப் பகடியைப் பார்க்க முடிகிறது. மனுஷ்யபுத்திரன் கவிதைகளில் மட்டுமல்ல. இன்றைய தமிழ்க் கவிதைகளில் பகடி ஒரு அங்கமாகவே மாறிக்கொண்டிருக்கிறது. ஒரு சிலரின் தனி அடையாளமாக இருந்த பகடி தற்போது ஒரு பொதுக்கூறாக மாறிவிட்டதோ என்கிற எண்ணம் வருகிறது...

நீ இப்படி திடுதிப்பென
பஸ்சைப் பிடித்து வந்து இறங்கினால்
எனக்கு அலுவலகத்தில்
பெர்மிஷன் போடுவது
மிகவும் கஷ்டம் வாணி ஸ்ரீ...

என்கிற வரிக்கு நான் வெடித்துச் சிரித்தேன். மனுஷின் வரியொன்றை வாசித்துவிட்டு நான் வெடித்துச் சிரிப்பது அநேகமாக இது முதன்முறை என்றே நினைக்கிறேன்.

பகடிக்கவிதைகளில் விளையாட்டு உண்டு. ஆனால் அவை ஒருக்காலும் வெற்று விளையாட்டுகள் அல்ல. வாசகனைக் கிச்சுகிச்சு மூட்டுவது அதன் நோக்கமல்ல. அதற்கு ஒரு நகைச்சுவைத் துணுக்கு போதுமல்லவா? இன்னோரு மனிதன் இதே வரிக்குத் தலையைத் தரையில் முட்டிக்கொண்டு அழுதிருக்கவும் கூடும். அவனுக்கு உண்மையிலேயே பெர்மிசன் கிடைக்காமல் போயிருக்கலாம். வாணி ஸ்ரீயை பார்ப்பதற்குகூட அலுவலகத்தில் அனுமதிபெற வேண்டும் என்பதைவிட, சிவாஜி களின் வாழ்க்கையில் வேறு என்ன துயரம் இருக்க முடியும்?

இத் தொகுப்பில் 'பேன் புராணம்' என்கிற ஒரு கவிதை எனக்கு மிகவும் பிடித்திருந்தது.

மருந்துகளும் ஷாம்புகளும் வந்துவிட்டன.
ஒரு முறை கூட
கரத்தால் பேன் பார்க்கப்பட்ட

> ஆன்மிக அனுபவம் கிட்டாத
> ஒரு தலைமுறையே வந்துவிட்டது...

என்கிறது இதன் சில வரிகள்... 'ஆன்மிக அனுபவம்' என்கிற வரியை வெறுமனே நாம் சிரித்துவிட்டுக் கடந்தால் அது நல்ல வாசிப்பல்ல என்பதே என் எண்ணம். உண்மையில் பேன் பார்க்கும் நிகழ்வின் மாயங்களைப் பேசுகிறது இக்கவிதை. ஒரு சாதாரண நிகழ்வாகத் தெரிகிற, எழுதினால் சிரிப்பை வரவழைக்கும் ஒரு நிகழ்வின் புதிர்களை ஆராய விரும்புகிறது. அது என்ன விதமானதொரு விசித்திர அனுபவம்? என்கிற கேள்வியை எழுப்பிப் பார்க்கிறது.

இவரது கவிதைகளின் மேல் 'கூறியது கூறல்' என்கிற குற்றச்சாட்டு உண்டு. ஆம்... மனுஷின் கவிதைகளில் அது உண்டுதான். அதாவது எல்லாக் கவிகளின் கவிதைகளிலும் ஒரு வித கூறியது கூறல் உள்ளது போலவே மனுஷின் கவிதைகளிலும் அது உண்டு.

மதுரை 'வதனம்' அமைப்பு
நிகழ்த்திய நிகழ்வில் வாசிக்கப்பட்ட கட்டுரை

5

வார்த்தையில் வாழ்தல்

மனிதஇனத்தின் வாயிலும் எழுத்திலும் தொடர்ந்து பயின்றுவரும் வரிகள் 'பொன் மொழிகள்' ஆகிவிடுகின்றன. பழமொழிகளும் இவற்றில் அடங்கும். இரண்டு எழுத்தாளர்கள் சண்டையிட்டுக் கொள்ளும்போது இருவரின் சார்பிலும் மாறிமாறி நின்று 'வால்டேர்' வழக்காடுவதைக் காண முடியும். ஜி. நாகராஜன் பொன்மொழிகளைக் கேலி செய்யும் பாவனையில் எழுதிய ஒரு பத்தியில் உள்ளதுதான்... "மனிதனைப் பற்றி பொதுவாக எதுவும் சொல்லச் சொன்னால் மனிதன் மகத்தான சல்லிப்பயல் என்றுதான் சொல்வேன்" என்பது. இப்போது அது ஒரு 'பொன் மொழியாகவே' மாறி தீவிர புழக்கத்தில் இருக்கிறது.

எனக்கு பொன்மொழிகளின் மீது ஈர்ப்பு உண்டு. "அதிகாரி வீட்டுக் கோழிமுட்டை குடியானவன் வீட்டு அம்மிக்கல்லையும் உடைத்துவிடும்" என்கிற பழமொழி படித்த கணத்திலிருந்து இன்றுவரை என்னைத் தொடர்கிறது. ஆயினும் பொன்மொழி களின் குணமும், கவிதையின் குணமும் ஒன்றல்ல. எனவே இக்கட்டுரை "பொன்னால் ஆன சொற் களை"ப் பேசுகிறது. கூடவே பொன்மொழியின் இயல்பான 'பலர் வாய்ப்படுதல்' என்கிற தன்மையை யும் கணக்கில் கொள்கிறது.

இரண்டாயிரம் வருடங்களைத் தாண்டிய தொடர்ச்சியுள்ள நமது மொழியில் தகத்தகாயம் காட்டும் சொற்கள் ஏராளம். இந்த மூன்று பக்கத்தில் அவற்றை முழுவதும் சொல்ல இயலாது. எனவே சிலவற்றைப் பார்ப்போம்...

அற்றைத் திங்கள் அவ்வெண் நிலவில்
எந்தையும் உடையேம் எம்குன்றும் பிறர்கொளார்
இற்றைத் திங்கள் இவ்வெண் நிலவில்
வென்றெறி முரசின் வேந்தர் எம்
குன்றும் கொண்டார் யாம் எந்தையு மிலமே.

தன் தந்தையான பாரியையும் தமது நிலமான பறம்பு மலையையும் இழந்து தவிக்கும் பிரிவுத்துயரில் 'பாரி மகளிர்' பாடியது. சிடுக்கற்ற எளிய ஐந்து வரிகள்... 'அற்றைத் திங்கள் அவ்வெண்ணிலவில்' என்கிற சொற்சேர்க்கையிலேயே ஏதோ ஒரு மாயம் இருக்கிறது போலும்? எல்லாப் பிரிவுகளுக்குமான ஏக்கத்தையும் தாங்கிக்கொண்டு இன்றுவரை வாழ்வாங்கு வாழ்கிறது இக்கவிதை.

கொடிது கொடிது வறுமை கொடிது
அதனினும் கொடிது இளமையில் வறுமை

என்கிறாள் ஔவை.

முதல் வரியை 'பொன் மொழி' என்றும், இரண்டாவது வரியை 'கவிதையின் பொன் மொழி' என்றும் சொல்லலாம். வறுமையும், இளமையில் வறுமையும் ஒன்றல்ல என்று பிரித்துக் காட்டியதின் மூலம் எம் பாட்டி இதைக் கவிதையாக்கி விடுகிறாள். மேல்நிலை வகுப்பில் பள்ளியிலேயே முதல் மதிப்பெண் பெற்று தேறி, ஒரு ஷூ வாங்கித் தரவில்லை என்பதற்காக கல்லூரிப் படிப்பையே பாதியில் நிறுத்திக்கொண்ட ஒருவனை எனக்குத் தெரியும்.

திருக்குறள் பள்ளித்தலத்திலிருந்து பேருந்துகளின் முகப்பு வரை நீக்கமற நிறைந்திருக்கிறது. வாழ்க்கையில்? என்று கேட்காதீர்கள். "சொல்லுதல் யார்க்கும் எளியவாம்..." என்று அய்யனே சொல்லி இருக்கிறார். "அன்பும் அறனும் உடைத்தாயின் இல்வாழ்க்கை" என்று மங்களகரமாகத்தான் நாம் வாழ்க்கையைத் துவங்குகிறோம். ஆனாலும் பாருங்கள், எவ்வளவு இழுத்துப் பிடித்தும் நிற்காமல் 'வண்டி' ரோட்டோரப் புளியமரத்தை நோக்கியே ஓயாமல் பாய்கிறது. குறளில் பொன்னால் ஆனவை அதிகம். அவை மனிதருக்குத் தக்க மாறவும் செய்யும்.

அல்லல் பட்டு ஆற்றாது அழுத கண்ணீர் அன்றே
செல்வத்தைத் தேய்க்கும் படை

என்பதை நாம் தொடர்ந்து நம்புவோம். அதைத் தவிர நமக்கு வேறு வழியில்லை.

அன்பிலார் எல்லாம் தமக்குரியர் அன்புடையார்
என்பும் உரியர் பிறர்க்கு

என்கிற குறள் நமக்கு மனப்பாடம். ஆனால் அதன் அர்த்தத்தின் முன்தான் மானுடகுலம் மண்டையைச் சொறிந்தபடி நிற்கிறது.

கம்பனின் பாடல் ஒன்று... அசோகவனத்தில் சீதையைக் கண்டது பற்றி அனுமன் இராமனுக்குச் சொல்லும் பாடல். பட்டிமன்றங்களில் கூறுபோட்டு விற்றும் இன்னும் மிச்சமிருப்பது. எத்தனை நாவில் புரண்டெழுந்தாலும் அழுக்கடையாதது...

கண்டனென், கற்பினுக்கு அணியை, கண்களால்
தெண்திரை அலைகடல் இலங்கைத் தென்னகர்;
அண்டர் நாயக! இனித் துறத்தி ஐயமும்
பண்டுள துயரும், என்று அனுமன் பன்னுவான்.

உண்மையில் இப்பாடலை முதன்முதலாக ஒரு பட்டிமன்றத்தில்தான் கேட்டேன். கண்டென் / கற்பினுக்கு அணியை / கண்களால் / என்று ஒவ்வொரு வார்த்தையும் நிரல்பட நிற்கும் கோலத்தைப்பற்றிப் பேச்சாளர் உருகி உருகிப் பேசினார். சீதையை என்று தொடங்கினால் அடுத்த வார்த்தை காணவில்லை என்றுகூட வரலாம் அல்லவா? அந்த ஒரு நொடி மயக்கமும், அது தரும் வேதனையும்கூட தன் தலைவனுக்குத் தகாது என்று எண்ணித்தான் 'கண்டனென்' என்று துவங்குகிறானாம் அனுமன். சரி... கண்டது சீதையை என்றும் சொல்லவில்லை... "கற்பினுக்கு அணியை" என்கிறான். சீதையை என்று மட்டும் சொன்னால் அவள் கற்பு நிலை குறித்த ஐயம் வருமாம். இப்படி விளக்கிக்கொண்டே போனார்... எனக்கு நம்பும் முன்னே அழுகை பொத்துக்கொண்டது. அழுத பிறகு சந்தேகம் கொள்ளுதல் தகாது.

'கம்ப ராமாயணம்' என்.சி.பி.எச் பதிப்பு இப்படி சொல்கிறது...

"'கண்டனென்' என்ற சொல், 'த்ருஷ்டா ஸீதா' என்ற முதல் நூல் தொடரைத் தழுவியது. ஆனால், அடுத்துள்ள 'கற்பினுக்கு அணியை' என்ற தொடர், ஸீதா என்கிற சொல்லைக் காட்டிலும் ஆழ்ந்த, சிறந்த, நுணுக்கமான பொருளை உடையதாகும்."

"கண்களால்" என்கிற சொல் அமைப்பிற்கு இவ்வுரை தருகிற விளக்கம் ஏற்கவே முடியாதபடி இருக்கிறது. இப்படி இன்னும் பலப்பலவாக இப்பாடலை விரித்துவிரித்து விதந்தோதுவர் கம்பனடிப் பொடிகள்.

இன்று எங்கெங்கு காணினும் பாரதி. பாரதி சிட்பண்ட்ஸி லிருந்து பாரதி பரோட்டா ஸ்டால்வரை பார்த்திருக்கிறேன். வெள்ளித்திரையிலிருந்து ஆட்டோ முதுகுவரை அவன் ஆட்சி நடக்கிறது. இன்று பாரதியின்றி ஒரு நாளைக்கூட தங்களால்

கடக்க முடியாது என்பது போல் பாவனை காட்டும் தமிழ்ச் சமூகத்தால் அன்று அவனைக் காப்பாற்றி வைக்க இயலவில்லை. "அன்புடையார் இன்புற்று வாழ்தல் இயல்பு" என்கிற அவனது வரியையும், அவன் வாழ்வையும் சேர்த்துவைத்து யோசிக்கையில் அவ்வளவு கசக்கிறது.

பாரதியின் புகழ்பெற்ற வரிகள் பலவும் 'விநாயகர் நான்மணி மாலை' என்கிற வழிபாட்டுப் பாடலொன்றில் வருகிறது...

நமக்குத் தொழில் கவிதை, நாட்டிற்கு உழைத்தல்,
இமைப்பொழுதும் சோராதிருத்தல் – உமைக்கு இனிய
மைந்தன் கணநாதன் நம் குடியை வாழ்விப்பான்:
சிந்தையே ! இம்மூன்றும் செய்.

உப்பு, புளி, மிளகாய் போன்ற அற்பப் பிரச்சனைகளை கணநாதன் பார்த்துக்கொள்வான். நீ வீட்டை விடுத்து நாட்டைப் பற்று மனமே என்கிறான்.

"உச்சிமீது வானிடிந்து வீழுகின்ற போதினும்" என்கிற வரியோடு சேர்த்து "கச்சணிந்த கொங்கை மாதர் கண்கள் வீசு போதினும்" என்றெழுத நெஞ்சத்தில் நேர்மையும் துணிவும் வேண்டும்.

○○○

அவனது இன்னொரு கவிதை...

விடுதலைப் பாட்டு

மானுடர் உழாவிடினும் வித்து நடாவிடினும்
வரம்பு கட்டாவிடினும் அன்றி நீர்பாய்ச்சாவிடினும்
வானுலகு நீர்தருமேல் மண்மீது மரங்கள்
வகைவகையாய் நெற்கள்புற்கள் மலிந்திருக்கும் அன்றே?
யான் எதற்கும் அஞ்சுகிலேன், மானுடரே, நீவிர்
என் மதத்தைக் கைக்கொள்மின்: பாடுபடல் வேண்டா:
ஊன்உடலை வருத்தாதீர்: உணவு இயற்கை கொடுக்கும்:
உங்களுக்குத் தொழில் இங்கே அன்பு செய்தல் கண்டீர் !

பிரமிள் என்கிற பெயரோடு சேர்த்தே உச்சரிக்கப்படுவது அவரது 'காவியம்' என்கிற கவிதை. ஆனாலும் 'எல்லை' என்கிற கவிதை எதற்கும் குறைந்ததல்ல...

கருகித்தான் விறகு/ தீயாகும்
அதிராத தந்தி/ இசைக்குமா?
ஆனாலும்/ அதிர்கிற தந்தியில்/ தூசு குந்தாது
கொசு/ நெருப்பில் மொய்க்காது

ஒரு காலத்தில் எனக்கு சிடுக்கானவராக இருந்த ஆத்மாநாம் இன்று எளிய கவிஞராகி விட்டார். அதாவது 'இந்தக்காலம்' அவரது ஒவ்வொரு சொற்களையும் தெளிவாக விளக்கிவிடுகிறது.

ஏதாவது செய்

ஏதாவது செய்
உன் சகோதரன்
பைத்தியமாக்கப் படுகிறான்.
உன் சகோதரி
நடுத்தெருவில கற்பிழக்கிறாள்
சக்தியற்று
வேடிக்கை பார்க்கிறாய் நீ
ஏதாவது செய் ஏதாவது செய்
கண்டிக்க வேண்டாமா
அடி உதை விரட்டிச் செல்
ஊர்வலம் போ பேரணி நடத்து
ஏதாவது செய் ஏதாவது செய்
கூட்டம் கூட்டலாம்
மக்களிடம் விளக்கலாம்
அவர்கள் கலையுமுன்
வேசியின் மக்களே
எனக் கூவலாம்
ஏதாவது செய் ஏதாவது செய்
சக்தியற்று செய்யத் தவறினால்
உன் மனம் உன்னை சும்மா விடாது...
சரித்திரம் இக்கணம் இரண்டும் உன்னை
பேடி என்றும்
வீர்யமிழந்தவன் என்றும்
குத்திக் காட்டும்
இளிச்சவாயர்கள் மீது
எரிந்து விழச்செய்யும்
ஆத்திரப்படு
கோபப்படு
கையில் கிடைத்த புல்லை எடுத்து
குண்டர்கள் வயிற்றைக் கிழி
உன் சகவாசிகளின் கிறுக்குத் தனத்தில்
தின்று கொழிப்பவரை
ஏதாவது செய் ஏதாவது செய்.

பொன்னாலான மேலும் இரு கவிதைகள்..

சுண்டல்

கொலு வைக்கும் வீடுகளில்
ஒரு குத்துச் சுண்டல்
அதிகம் கிடைக்கும் என்று
தங்கச்சி பாப்பாக்களை
தூக்க முடியாமல்
தூக்கி வரும்
அக்கா குழந்தைகள்.

(கலாப்ரியா)

ஒரு காட்சியை, கடைசியில் இடம்பெறும் ஒரே ஒரு சொல்லால் கவிதையாக்கி நிலைநிறுத்தியும் விட்டது இக்கவிதை.

கையில் அள்ளிய நீர்

அள்ளி
கைப்பள்ளத்தில் தேக்கிய நீர்
நதிக்கு அந்நியமாச்சு
இது நிச்சலனம்
ஆகாயம் அலைபுரளும் அதில்
கை நீரைக் கவிழ்த்தேன்
போகும் நதியில் எது என் நீர்?

(சுகுமாரன்)

காலப் பெருவெள்ளத்தில் துளியாய் மிஞ்சும் தனிமனிதனின் அகங்காரத்தை நோக்கி பல்லாண்டுகளாய் பேசி வருகிறது இக்கவிதை.

மனுஷ்யபுத்திரன் கவிதை ஒன்று...

குட்டி இளவரசியின் அறிதல்கள்

காலம் என்கிறீர்கள்
அகாலம் என்கிறீர்கள்
காலத்தை வெல்வதென்றும்
காலத்தைக் கடப்பதென்றும்
பயங்கரக் கதைகள் சொல்கிறீர்கள்
குட்டி இளவரசி சஹானா
“நாளைக்கு மழை பெய்தது”
என்கிறாள் அமைதியாக.

அமைதியாக என்ன பேச்சு பேசிவிட்டாள்!

ஷங்கர்ராம சுப்பிரமணியனின் ‘சிங்கத்துக்குப் பல் துலக்குபவன்’ பலர் வாய்ப்பட்ட கவிதை. சென்ற வாரம்கூட தோல்வியுற்ற பாடகனொருவன் மனம் கசந்து, முகம் மலர்ந்து இக்கவிதையைச் சொல்லக் கேட்டேன். நான் இக்கவிதையின் குழந்தை.

சிங்கத்துக்குப் பல் துலக்குபவன்

ஒரு வேலைக்கும் பொருத்தமற்றவர் என
உங்கள் மேல் புகார்கள் அதிகரிக்க அதிகரிக்க
உங்கள் அன்றாட நிலைமைகளைக் கருத்தில் கொண்டு
உங்களுக்கு ஒரு எளிய பணி வழங்கப்படுகிறது.
ஊரின் புறவழிச் சாலையில் உள்ள
மிருகக் காட்சி சாலையின் சிங்கத்துக்கு
பல்துலக்கும் வேலை அது
காவல் காப்பவனும் நீங்களும்
கூண்டில் அலையும் பட்சிகளும் மிருகங்களும்
உங்கள் மனஉலகில்
ஒரு கவித்துவத்தை எழுப்புகின்றன
அதிகாலையில் பிரத்யேக பேஸ்ட்டை பிரஷில் பிதுக்கி

உங்கள் பணியிடத்திற்கு ஆர்வத்தோடு கிளம்புகிறீர்கள்
அதிகாலை
மான்கள் உலவும் புல்வெளி
உங்கள் கவித்துவத்தை மீண்டும் சீண்டுகிறது
முதலில் கடமை
பின்பே மற்றதெல்லாம் எனச்சொல்லிக் கொள்கிறீர்கள்
கூண்டை மெதுவாய்த் திறந்து மூலையில்
விட்டேத்தியாய் படுத்திருக்கும் சிங்கத்திடம்
உங்களுக்கு பணி செய்வதற்கு நியமிக்கப்பட்டுள்ளேன்
நீங்கள் ஒத்துழைக்க வேண்டுமென்று
விவரத்தை கூறி பிரஷை காட்டுகிறீர்கள்
ஒரு கொட்டாவியை அலட்சியமாக விட்டு
வாயை இறுக்க மூடிக் கொள்கிறது சிங்கம்
ஸ்பரிசம் தேவைப்படலாம் என ஊகித்து
தாடையின் மேல்புறம் கையைக் கொண்டு போகிறீர்கள்
சிங்கம் உறுமத் தொடங்கியது
கையில் உள்ள பிரஷ் நடுங்க
உங்களுக்கு பிரஷ் செய்வது
என் அன்றாட வேலை
அது எனக்கு சம்பளம் தரக்கூடியது
எவ்வளவு நாற்றம் பாருங்கள்
உங்கள் பற்களின் துர்நாற்றம் அது
சிறிது நேரம் ஒத்துழையுங்கள்
மீண்டும் சிங்கம் உறுமுகின்றது
அது பசியின் உறுமலாகவும் இருக்கலாம்
நீங்கள் மூலையில் சென்று அமர்கிறீர்கள்
காலையின் நம்பிக்கையெல்லாம் வற்றிப் போக
பக்கத்து கூண்டுப் பறவைகளிடம்
வழக்கம் போல
பணி குறித்த முதல் புகாரைச் சொல்லத் தொடங்குகிறீர்கள்
எனது வேலையை ஏன் புரிந்து கொள்ள மறுக்கிறது சிங்கம்
பறவைகள் ஈ . . . ஈ . . . எனப்
புரிந்தும் புரியாமலும் இளித்தன.
கூண்டைச் சுற்றி மரங்கள்
படரத் தொடங்கும் வெயில்
வாயில் காப்போன் உங்களைப் பார்வையிட
தூரத்தில் வந்து கொண்டிருக்கிறான்.

மின்னலைத் தொழுகின்றோம். அது நம்மறிவை ஒளியுறச் செய்க! நமது விழிகளிலே மின்னல் பிறந்திடுக! நமது நெஞ்சிலே மின்னல் விசிறிப் பாய்க! நமது பாட்டு மின்னலுடைத்தாகுக!

***அந்திமழை* – பொன்மொழிகள் சிறப்பிதழ்,**
மே 2017

6

“என்ன அப்பிடி பாக்காதீங்க சத்யன்”

இளங்கோதான் ஒரு முறை சொன்னான்.

“தேவலோகத்துல ஏதோ ஒரு சின்னத்தப்பு பண்ணுனதுக்காக பூமியில மனுசனா பொறந்துட்ட ஒரு ஆள் மாதிரியே இருக்கு அவர் எழுத்து . . .” ‘சின்ன’ என்பதை அவ்வளவு அழகாக அழுத்திச் சொன்னான். கல்யாண்ஜியை அவன் பார்த்துவிட்டு வந்துபிறகு அவனிடன் சொன்னேன்:

“நண்பா அந்தாளுகிட்ட கொஞ்சம் ஜாக்கிரையாத்தான் இருக்கனும்போல. அவர் என்னை ‘சத்யன்’ன்னு கூப்டறார்டா.” ஏதோ ஒரு மந்திரவாதியைப் பற்றிய கதைகளைப்போல அவரைப்பற்றிப் பேசிக்கொண்டோம். என் அம்மா, அப்பா இருவரைத் தவிர வேறு யாரும் என்னை ‘சத்யன்’ என்று அழைத்ததில்லை. இப்படியாக முதல் சந்திப்பிலேயே அவர் என்னைத் ‘திட்டமிட்டு’ உருக்கிவிட்டார்.

என்னை நானே உற்சாகமாக்கிக் கொள்வதற்காக வெளியிட்ட என் முதல் தொகுப்பை யாரும் அதிகமாகப் பார்த்திருக்க வாய்ப்பில்லை. இளங்கோ, சுகுமாரன் இருவர் வீட்டில் மட்டும் அது இன்னமும் இருக்கலாம் என்று நினைக்கிறேன். ஒரு வேளை கல்யாண்ஜி வீட்டிலும் அது இருக்கலாம். அப்போது அவரது ‘நிலா பார்த்தல்’, ‘வண்ணதாசன் கடிதங்கள்’ ஆகிய புத்தகங்களால் வசீகரிக்கப்பட்டிருந்தேன்.

புத்தகத்தோடு ஒரு கடிதமும் எழுதி இருந்தேன். அது அவரது மொழியிலேயே இருக்க வேண்டும் என்பதற்காக ரொம்ப பிரயத்தனப்பட்டது இப்போது நினைவுக்கு வருகிறது.

சிறுவயதிலிருந்தே எனக்கு வ்யசுக்கு மீறிய சகவாசம் தான் வாய்த்திருக்கிறது. டவுசரோடு லுங்கி கட்டிய அண்ணன்களோடு அலைந்ததுதான் என் பால்யத்தின் சித்திரம். அது இன்றுவரை தொடர்கிறது. வண்ணதாசனின் கரங்களைப் பற்றிக்கொள்ளும் தருணத்திற்காகக் காத்திருக்கும் பலரையும் நான் அறிவேன். அப்படியிருக்க அவரோடு "எல்லாம்" செய்திருக்கிறேன் என்பதில் எனக்கு மகிழ்ச்சியும் பெருமிதமும் உண்டு. சில நேரம் அவர் தனி அறையில் இருப்பார். சில இரவுகளில் எங்கள் கூடவும் இருந்திருக்கிறார். அவருடன் இருந்த ராத்திரிகள் மகிழ்ச்சியானவை. கூடவே கண்ணீர்க்கும் குறைவில்லாதவை. ஒரு ராத்திரியில் அறையில் இருந்த எல்லாரும் அழுதோம். இதுதான் சாக்கு என்பதுபோல . . . அவர் முன்னால்தான் கொட்ட வேண்டும் என்பதற்காகவே அத்தனை கண்ணீரையும் சேர்த்து வைத்திருந்ததுபோல. அநேகமாக எல்லாரும் அவர் மடியில் விழுந்தார்கள். இந்தக் கயவனுமா . . ? என்பது சரியாக நினைவில்லை. காலையில் ஒருவரை ஒருவர் வெட்கத்தோடு பார்த்துக்கொண்டோம். "என்னய்யா இது . . . எழவு வீடு மாதிரி . . ." என்கிற கேலிக்குப் பின்தான் இயல்பு நிலைக்குத் திரும்ப முடிந்தது.

அவரது அந்தரங்க சினேகிதர் சாம்ராஜ் மூலமாகத்தான் அவரோடு நேரடி அறிமுகம் கிடைத்தது. அவர் எழுதவந்து 50 ஆண்டுகள் ஆவதைக் கொண்டாடும் விதமாக மதுரையில் 'வண்ணதாசன் 50' என்கிற நிகழ்ச்சி நடந்தது. அப்போதுதான் அவரை முதன்முதலாகப் பார்க்கிறேன். எனது 'சிவாஜி கணேசனின் முத்தங்கள்' தொகுப்பு அவருக்கு வெகுவாகப் பிடித்திருந்தது என்பதை சாம் மூலம் அறிந்திருந்தேன். நிகழ்ச்சி முடிந்ததும் அவரை வாசகர்கள் சூழ்ந்துகொண்டார்கள். அவர் எல்லோருக்கும் கையொப்பம் இட்டுக் கொடுத்துக் கொண்டிருந்தார். நான் ஒரு ஓரமாக நின்று அவரைக் கவனித்துக் கொண்டிருந்தேன். ஒரு சின்ன இடைவெளியில் என்னைப் பார்த்து "என்ன அப்பிடிப் பாக்காதீங்க சத்யன் . . . எனக்கு வெட்கமா இருக்கு . . ." என்றார். நான் நடுங்கிப்போனேன். தனிமையில் ஒரு எழுத்தாளனால் இன்னொரு எழுத்தாளனைப் பார்த்து இப்படிச் சொல்லிவிட முடியும்தான். அவரது ரசிகர்கள்

புடைசூழ நின்றுகொண்டிருக்கும் தருணத்தில் அப்போது தான் எழுதத் துவங்கியிருக்கும் சிறுவனைப் பார்த்து எப்படி ஒரு மனிதனால் இப்படிச் சொல்ல முடிந்தது என்பதை இன்றுவரை யோசித்துக்கொண்டிருக்கிறேன். எனக்குப் பிறகு எழுதவந்த இளைஞர்கள் எத்தனை பேரிடம் நான் உரையாடுகிறேன் என்பதையும் எண்ணிப் பார்க்கிறேன். “எத்தனை ஏணி வச்சா நீ கல்யாண்ஜி ஆவ...” என்று எனக்கு நானே கேட்டுக்கொள்கிறேன்.

“இன்னைக்கு ஒரு மகத்தான தூக்கம் தூங்கினேன்...” என்று சாம் ஒரு முறை சொன்னார். அதென்ன தோழர் தூக்கத்துல ஒரு மகத்தான தூக்கம்? என்று சீண்டினேன்.

“திருவனந்தபுரம் போயிட்டு அப்படியே வண்ணதாசன் சார் வீட்டுக்குப் போயிருந்தேன். போய் சாப்பிட்டுப் படுத்தவன்தான் என்ன நடந்ததுன்னே தெரியல. அப்படி ஒரு தூக்கம். மதியம் எழுந்து சாப்பிட்டுவிட்டு மறுபடியும் தூக்கம். என் வாழ்க்கைலயே நான் இப்படி தூங்கியது அரிது தோழர். ஒரு வேளை நமக்குப் ப்ரியமானவங்க பக்கத்திலிருந்தா, அவர்கள் பாதுகாப்பில் இருக்கிறோம் என்கிற நினைப்பிருந்தா, இப்படித் தூக்கம் வரும் போல.”

மகத்தான மனிதர்களால் மகத்தான காரியங்களை மட்டுமல்ல மகத்தான தூக்கத்தையும் அருள முடிகிறது.

கல்யாண்ஜியின் பல கவிதைகள் எனக்குப் பிடித்தமானவை. சில கவிதைகளின் வரிகள் அவ்வப்போது திடீரென நினைவில் தோன்றுவதும் உண்டு. “முடிதிருத்துகிற ஒரு தெய்வம் / செவ்வாய்க் கிழமை ஓய்வெடுத்துக்கொள்கிறது” என்கிற வரி சமீபநாட்களாக அடிக்கடி நினைவில் வருகிறது. எங்கள் ஊரில் என் தலைமுறைப் பிள்ளைகள் எல்லோரும் சலூனிலேயே வளர்ந்தோம் என்பது ஒரு காரணமாக இருக்கலாம். ஆனால் அவர் கவிதைளில் எனக்குச் சில போதாமைகள் உண்டு. அதாவது அந்தக் கவிதை என்ன சொல்ல வருகிறதோ அதை ஒரு கட்டுரையின் முடிவுரையைப் போலச் சுருக்கி கடைசி இரண்டு வரிகளில் சொல்வார். எல்லா கவிதைகளிலுமல்ல சில கவிதைகளில் இப்படி நிகழ்ந்திருக்கிறது. இது ஒரு ‘தொழிற்நுட்பக் குறைபாடு’ என்பதை அவர் இருந்த மேடையிலேயே வெளிப்படையாகச் சொல்லி இருக்கிறேன். ஆனாலும் எங்களுக்கிடையில் இதுவரை எதுவும் அறுந்து விடவில்லை. சமீபத்தில் அவர் அனுப்பிய குறுஞ்செய்தி ஒன்று ‘ஆட்டுதி அமுதே!’ இரண்டு பிரதிகள் வாங்கியிருப்பதாகச் சொன்னது.

அவர் சமீபத்தில் எழுதவந்த ஒருவரின் எழுத்துக்களைக் கூட அக்கறையுடன் வாசிக்கிறார். விஷால் ராஜா எழுதிய ஒரு கட்டுரையை வாசித்துவிட்டு அவன் உள்பெட்டிக்கு சென்று வாழ்த்துகிறார். என் கவிதையின் சாயைகள் விழத் துவங்கியிருந்த ஒரு கவிஞரிடம் "அவன் வண்டில நீங்க ஏன் ஏறறீங்க..." என்று எச்சரிக்கிறார்.

'நீங்கள் கேட்டவை' படத்தில் 'கனவு காணும் வாழ்க்கை யாவும்' பாடலில் ஒரு காட்சி வரும்: ஒரு டிரைவர் தன் கார் ஜன்னலுக்கு வெளியே கால்களை நீட்டியவாறு தூங்கிக் கொண்டிருப்பார். கேமரா வெளியே நீண்டிருக்கும் அந்த கனுக்கால் பாதத்தை மட்டும் அழகாகக் காட்டிச்செல்லும். நண்பர் ஜான் இந்தக் காட்சியைப் பார்த்த பிறகுதான் பாலுமகேந்திராவின் தீவிர ரசிகராகி விட்டதாக ஒரு முறை சொன்னார். வண்ணதாசனின் 'மிச்சம்' கதையை வாசித்துவிட்டு ஜானை அழைத்துச் சொன்னேன்...

"ஜான்... உங்க டைரக்டருக்கு முன்னாலேயே வண்ணதாசன் அந்த சீன எழுதிட்டாரு ஜான்... நாமதான் அதைப் படிக்கல..."

நான் கதைகளை வாசிக்கத் துவங்கிய பருவத்தை எண்ணிப் பார்க்கிறேன். ஊழ்வினை உறுத்துவந்து ஊட்ட நான் வாசித்த எல்லாக் கதைகளிலுமே ஒரு சூரியோதயமோ, அஸ்தமனமோ இருந்தது. கதாசிரியன் அதை உருகி உருகி சொல்லி இருந்தான். எப்போதாவது அண்ணாந்து கொட்டாவி விடுகையில் கண்ணுக்குச் சிக்கினால் உண்டு. மற்றபடி அது பாட்டுக்கு அது இருக்கிறது. நான் பாட்டுக்கு நான் இருக்கிறேன். கன்னியாகுமரியில் எல்லோரும் பார்க்கிறார்களே என்றுகூடச் சேர்ந்து வேடிக்கை பார்த்ததை விட்டுவிட்டால் நம் வாழ்வில் நாம் எப்போது சூரியனை நின்று பார்த்தோம் என்று தோன்றியது. எரிச்சல் பற்றிக்கொண்டு வந்தது. சில கதைகளில் வர்ணனைகள் ஒரு பக்க அளவுக்குக்கூட நீண்டிருந்தன. "நீ களஞ்சியத்தையே கையளிப்பதாக இருந்தாலும் அது எனக்கு வேண்டாம்..." என்று அந்தப் புத்தகங்களைத் தூர எறிந்திருக்கிறேன். சித்திரிப்புகளின் மேல் இவ்வளவு வெறுப்புடைய ஒருவனுக்கு வண்ணதாசன் கதைகள் எரிச்சலைத்தான் அளித்திருக்கும் என்பதைத் தனியே சொல்ல வேண்டியதில்லை.

எல்லோரும் சிலாகித்துச் சொன்ன அவருடைய 'தனுமை' கதையை வாசித்துவிட்டு "இப்ப என்னய்யா பிரச்சனை... அந்த டீச்சரு இவன லவ் பண்றா. இவன் வேறொருத்திய லவ்

பண்றான். அந்தப் பொண்ணுக்கு கொஞ்சம் கால் வராது. அவ்வளவு தான மேட்டரு” என்றுதான் தோன்றியது.

வண்ணதாசன் கதைகள் போய்ச்சேரும் இடத்தில் அல்ல, போகும் வழியில் இருக்கிறது என்பதை அறிந்துகொள்ள இந்த அவசரக்குடுக்கைக்குக் கொஞ்சம் காலம் பிடித்தது. அவர் கதைகளுக்குள் நான் பெரியபெரிய விஷயங்களை, பெரிய பெரிய சிக்கல்களை எதிர்பார்த்து ஏமாந்து போனேன். அவர் சின்ன விஷயங்களின் மனிதன் என்பதைக் காலம் தாழ்ந்தே அறிந்துகொண்டேன். சின்ன விஷயங்கள் உண்மையில் அவ்வளவு சின்ன விஷயங்கள் அல்ல என்பதையும்.

‘தனுமை’ கதையை நாம் முடிவை நோக்கி வேகமாக வாசித்துவிட்டுப் போகையில், ஞானப்பன் ‘தட்டுங்கள் திறக்கப்படும்’ என்று பாட, அது அநாதை விடுதிச் சிறுவர்களுக்கு “இந்த நல் உணவை நமக்குத் தந்த நம் இறைவனை வணங்குவோம்” என்பதாகக் கேட்கிற பிரமாதமான கதையை இழந்துவிடுகிறோம் என்று தோன்றுகிறது. அநாதைகளை மேலும் அநாதையாக்குகிற பாடல் என்று இதை எழுதிச்செல்கிறார் வண்ணதாசன். அவரின் கதைகளுக்குள் இதுபோல பல உப கதைகள் காணக் கிடைக்கின்றன. சில கதைகளில் உபகதைகள் கதையைக் காட்டிலும் அழகில் விஞ்சி நிற்கின்றன. ‘ஓர் உல்லாசப் பயணம்’ கதையில் உல்லாசப் பயணம் போக வாய்க்காத சிறுவன் தோணித் தண்ணியை குற்றாலம் என்று சொல்லி குளித்துக்களிப்பதைக் காட்டிலும், அவன் அப்பா பயணத் திட்டம் குறித்த நோட்டீசைப் படித்துவிட்டு தன் இயலாமையின் கரிப்போடு “என்ன தாமரைப்பூ வரையுதியா” என்று பேச்சை மாற்றும் இடம் எனக்கு அவ்வளவு பிடித்திருந்தது. புத்தகத்தை மூடி வைத்துவிட்டு வெகுநேரம் மோட்டுவளையை வெறித்துக் கொண்டிருந்தேன்.

அவர் கதைகளின் பலகீனமாகச் சொல்லப்படும் சித்திரிப்பு களின் வழியேதான் அவர் நல்ல கதைகள் பலதையும் எழுதிக் காட்டி இருக்கிறார். ஆனால் எல்லாக் கதையிலும் இந்தச் சித்திரிப்பு அவருக்கு உதவியிருக்கிறது என்பதை என்னால் நம்ப இயலவில்லை. ‘சபலம்’ கதையில் ஒரு வாத்தியார் ஒரு மாணவனைப் அடிப்பதற்காகப் பிரம்பை தேடி மேஜை ட்ராயரை இழுக்கிறார். பிரம்பு எங்கோ ஒளிந்துகொண்டிருக்கிறது. நானாக இருந்திருந்தால் “உள்ளே கண்டதும் கடியதும் கிடந்தது. அதனூடே பிரம்பு எங்கோ ஒளிந்துகொண்டிருந்தது என்று எழுதியிருப்பேன்.” ஏனெனில் நாம் பிரம்பைத் தேடுகையில் பிரம்பைத் தவிர

மற்றதெல்லாம் நமக்குக் கண்டதும் கடியதும் தானே? ஆனால் வண்ணதாசன் ஒரு ஓவியர். அவருக்கு கித்தானின் ஒவ்வொரு அனுவிலும் வரைய வேண்டியிருக்கிறது. அவர் அந்த மேஜைக்குள் என்னென்ன இருந்தன என்று ஒவ்வொரு பொருளாக சொல்லிச் செல்கிறார். இது வண்ணதாசன் கதை. இது இப்படித்தான் இருக்கும். இது அவர் வண்ணம். அவர் ஓவியம்.

அவரது கவிதை ஒன்று நினைவுக்கு வருகிறது. ஒரு மனிதன் ஒரு வீட்டுக் கதவின் முன் காத்து நிற்கிறான். அவன் ஒரு பொருளை அங்கு ஒப்படைக்க வேண்டும். மின்தடையால் அழைப்பு மணி இயங்கவில்லை. கதவு திறக்கக் கால தாமதமாகிறது. அந்தக் காத்திருப்புக் காலத்தில் அவன் எதை எதைப் பார்க்கிறான் என்று சொல்வார் . . .

> பூட்டிய கதவில் ஒரு சிலந்தி மனிதனின் ஒட்டுப்படம்
> அங்கிருந்த முட்டைத் தோடை விட்டு
> நெடுந்தூரம் வந்திராத ஒரு குட்டிப்பல்லி இடம் மாறியது
> வேறொரு கண்டத்திற்கு பறப்பது போலத் தாவியதில்
> அது எங்கு விழுந்ததோ ?
> பின்வாங்கியதில்
> என் மேல் உரசியது
> காட்டமான வாசனையுடன் அரளிக் கொத்து
> இதுவரை பார்க்காத ஒரு துருவேறிய நிறத்தில்
> ஏழெட்டுக் காளான்கள் வரிசையாய்
> உபரியாக ஒரு தேரைத் துள்ளலும்
> தரைச்சக்கரம் போல் சுருண்ட வளையல் பூச்சியும்.

இவ்வளவையும் அவன் பார்க்கிறான். அந்தக் கவிதை இப்படி முடிகிறது

> “ரொம்ப நேரமாக நிற்கிறீர்களா ?”
> கதவைத் திறந்த கைவளையல்கள்
> கனிவுடன் சரிந்தன மணிக்கட்டின் மெலிவில்
> சொல்லவில்லை நான்,
> இத்தனையும் பார்க்க
> நின்றால்தான் என்ன
> எத்தனை நேரமும் என்று.

நான் அந்த வளைக்கரத்தின் மணிக்கட்டு மெலிவைத் தவிர இதில் வேறு எதையாவது பார்த்திருப்பேனா என்பது சந்தேகம்தான். ஆனால் அவருக்கு ஆயிரம் கண்கள். அத்தனையும் பார்க்க வேண்டும் அவருக்கு.

தற்போது அவருக்கு விஷ்ணுபுரம் விருது, சாகித்ய அகாதெமி விருது என இரண்டு முக்கியமான விருதுகள் அடுத்தடுத்து அறிவிக்கப்பட்டுள்ளன. இலக்கிய உலகம் முழுக்க அதை

கொண்டாடிக் களிக்கிறது. முகநூலில் அவரது புகைப்படங்கள கொட்டித் தீர்க்கப்படுகின்றன. எல்லோரும் தங்களது மகிழ்ச்சியை வெளிப்படுத்திய வண்ணம் இருக்கிறார்கள். எனக்கு உறுதியாகத் தெரியும் அவை போலியான மகிழ்ச்சிகள் அல்ல. உள்ளொன்று வைத்து புறமொன்று பேசுபவை அல்ல. அந்த மனிதர் எத்தனை மனங்களை அவ்வளவு அந்தரங்கமாகத் தொட்டிருக்கிறார் என்பதற்கான சான்றுகள் இவை.

"அவர் நடிக்கிறார் . . ." என்று சிலர் என் காது படவே சொல்லியிருக்கிறார்கள். நான் அவர்களிடம் சொல்லிக்கொள்வது இது தான் . . ." அவர் எவ்வளவு பெரிய நடிகராக இருந்திருந்தால் அவரால் இத்தனை மனங்களை வெல்ல முடிந்திருக்கும். உங்களால் முடிந்தால் நீங்களும் நடியுங்கள். நானும் நடிக்கிறேன். இவரும் நடிக்கட்டும். அவரும் நடிக்கட்டும். உலகம் அன்பின் நடிப்பில் புரளட்டும்.

உயிர்மை, ஜனவரி 2017

7

உய்யடா உய்யடா உய்!

சுகுமாரன் கவிதைகள்

"அள்ளி கைப் பள்ளத்தில் தேக்கிய நீர்" என்று துவங்குவதற்கு பதில் இந்தக் கட்டுரையை துவங்காமலேயே இருக்கலாம். ஒவ்வொரு கவிஞனின் தலையிலும் நாம் ஒரு கவிதையை ஒட்ட வைத்திருக்கிறோம். அப்படி சுகுமாரனின் நெற்றியில் ஒட்டப்பட்டிருக்கும் கவிதை இது. பாவம் நாம் அதை விட்டுவிடுவோம். சுகுமாரன் வேறு சில கவிதைகளையும் எழுதியுள்ளார். அதைப் பார்க்கலாம்.

நவீனக் கவிதையை ஒரு பூச்சாண்டியைப் பார்ப்பது போல் பார்க்க வேண்டியதில்லை என்று எனக்குச் சொல்லித் தந்தவை சுகுமாரனின் கவிதைகள். அவரது மொழி சரளமானது. அதன் எளிய உருவிற்கும் சப்த ஒழுங்கிற்கும் ஒரு அரவணைக்கும் தன்மை இருக்கிறது. புத்தகத்திலிருந்து தலையை திருப்பிக்கொள்ளும்படி கொடுங் கசப்பூட்டும் வரிகளை அவர் எழுதியிருந்தாலும் அதன் சங்கீதம் நம் நெஞ்சில் இனிக்கவே செய்கிறது.

> விரல்கள் மழுங்கிய தொழு நோயாளி முகந்த
> ஓட்டைக் குவளை நீர் – இந்த வாழ்க்கை

என்கிற வரியையும்,

> நான் காளவாயிலிருந்து வெளியேறிய பெருமூச்சு

என்கிற வரியையும் வாசிக்கும் ஒரு உயிர் கொள்ளும் ஆறுதல் அல்லது பதற்றம் கவிதைச் செயல்பாட்டின் முக்கியமான அம்சமாகும். அவரது ஆரம்ப காலக்

கவிதைகள் மிகவும் உக்கிரமான படிமங்கள், உவமைகளைக் கொண்டவை. எனினும் அவை வாசகனை விரட்டவில்லை மாறாக அணுக்கமாக்கின. இருப்பின் வாதையை துளியும் கருணையற்ற சொற்களில் எழுதிக் காட்டியதின் மூலம் , வறண்டு தூர்ந்திருக்கும் மனித மனங்களில் கொஞ்சமேனும் கருணையைக் கசிய விட அவர் விரும்பினார்.

நம்மை விதவிதமாகத் தண்டிக்கும் கடவுளை பதிலுக்கு விதவிதமாகத் தண்டிக்கும் போக்கு நவீனக் கவிதையில் ஒரு கூறாக இருந்து வந்திருக்கிறது. இவரது கவிதைகளிலும் இதைக் காண முடிகிறது. இவர் கவிதைகளில் கடவுள் பெருச்சாளியின் வயிற்றில் செத்துப் போகிறார். அவரது மகுடத்தைப் பேய்கள் பறித்துக்கொள்கின்றன. அவர் செவிடாகவும், புருவம் நரைத்த கிழவராகவும், மண்டையோடாகவும் காணக் கிடைக்கிறார். கபாலீஸ்வரரை சாக்கடை அள்ளும் கபாலியோடு சேர்ந்து புகைபிடிக்க வைக்கிறார் சுகுமாரன்.

இருப்பின் துயரத்திலிருந்து தப்பிக்க இவர் சரணடைவது இசையின் தாய்மையை. இவரது கவிதைகளில் இசை குறித்த சித்திரங்களை நிறைய காண முடிகிறது.

வயலினிலிருந்து பெருகிய நதியில் மிதந்த
தோணியில் ஓர் இடம்

(‘கோடைக்காலக் குறிப்புகள்’)

யேசுதாஸுக்கு சமர்ப்பிக்கப்பட்டிருக்கிற கவிதையின் ஒரு வரி . . .

கூரையடியில் கொடியில் அமர
அலைக்கழியும் குருவி

(‘இசை தரும் படிமங்கள்’)

புணர்ச்சியைக் கூட ‘உடலின் சங்கீதம்’ என்றே எழுதுகிறார்.

என் வாழ்வில் நான் பொய்களுக்கு நிறைய கடன் பட்டிருக்கிறேன். உண்மையின் பளீரிடலைக் காட்டிலும் பொய்மையின் மென்னிருளில் நான் அதிக கதகதப்பை உணர்ந்திருக்கிறேன். பொய்யே என் அன்னை. அதுவே என் தாய்மடி. அதன் தாலாட்டில்தான் என் ஜீவன் இளைப்பாறிக் கொண்டிருக்கிறது. இன்புற்றுக் களி கூர்கிறது. சுகுமாரன் பொய்களைப்பற்றி இரண்டு கவிதைகள் எழுதி இருக்கிறார். ‘பொய்ச் சிறப்பு’ என்கிற தலைப்பு வள்ளுவனின் ‘வான் சிறப்பு’ அதிகாரத்தை நினைவூட்டுகிறது. ‘நீரின்றி அமையாது உலகு’ என்பது போலவே பொய்யின்றி அமையாது என் உலகு . . . நீங்கள் கொஞ்சம் மனது வைத்தால் ‘நம் உலகு’ என்றும்

சொல்லலாம். ஆனால் இந்த இரண்டு கவிதைகளிலும் ஒரு மெல்லிய குற்றவுணர்ச்சியும் சேர்ந்தே ஒலிக்கிறது.

பொய் எப்படி சொல்கிறேன்?
அலகு குத்திய நாக்கசைத்து . . .

என்று எழுதுகிறார். 20ஆம் நூற்றாண்டு கவிதையில் இருக்கும் இந்த அலகை 21ஆம் நூற்றாண்டுக்காரர்களான நாங்கள் பிடிங்கித் தூர எறிந்துவிட்டோம். நாங்கள் உண்மையை விட இரண்டு மடங்கு உறுதியுடன், பிசிறு தட்டாமல், ஸ்ருதி பிசகாமல் 'கேஸ்வலாக' பொய் சொல்லப் பழகிவிட்டோம் என்பதை அவருக்கு மகிழ்ச்சியுடன் தெரிவித்துக்கொள்கிறேன். இந்தக் கவிதையை என் வாசிப்பின் பால்யத்தில் வாசித்தபோது நான் மிகுந்த மகிழ்ச்சி அடைந்தது நினைவிருக்கிறது. தேவையற்ற குழப்பங்களிலிருந்தும் அறச் சிக்கல்களிலிருந்தும் இக்கவிதை என்னை விடுவித்துவிட்டது. ஒருவன் பொய்யும் பேசிக்கொண்டு எழுத்தாளனாகவும் வாழலாம் என்பதை அறிந்துகொண்ட போது அவ்வளவு விடுதலைபெற்ற மனிதனாக என்னை உணர்ந்தேன்.

திருகலற்ற, எளிய உரையாடல்களின் மூலம் வாசகனிடம் பேசுவதையே இவர் விரும்புகிறார். ஒரு மருத்துவ அறிக்கையின் பாவனையிலிருக்கும் கவிதை ஒன்று எனக்கு மிகவும் பிடித்த மானது . . .

கண்களை ஆரோக்கியமாக வைத்துக்கொள்
கண்ணே
சகல நோய்க்கும் காரணம்

இந்தக் கவிதையை என் தோழி ஒருத்திக்கு வாசித்துக் காட்டிய போது அவள் சொன்னாள் "நல்லாருக்கு... உனக்குனே எழுதுன மாதிரி இருக்கு . . ."

"அன்பே! அப்படிச் சொல்லாதே... இது உனக்கும் சேர்த்து எழுதப்பட்டதுதான் . . . ஒட்டுமொத்த மானுட குலத்துக்கு மானது . . ."

கண்களைப் பற்றிய இன்னொரு கவிதையும் முக்கியமானது.

கண்ணை விரி –
வானத்தை அளப்பதுடன்
மூத்திரத்தின் உப்பை அரிக்கும்
எறும்புகளையும் மொய்க்க.

ஒரே வீட்டில் வாழ்ந்தாலும் / ஒரே வீட்டிலும் / ஒவ்வொரு வீட்டில் வாழ்கிறோம்... என்று சொல்லும் சுகுமாரனின் கவிதை களில் பெண்கள் கணவர்களை வெளியே தள்ளித் தாழிட்டதும் ஒரு நீண்ட பெருமூச்சை வெளியேற்றுகிறார்கள். அவர்களின்

ஷவர்களிலிருந்து வன அருவி கொட்டுகிறது. அவர்கள் அந்த விடுதலையில் திளைக்கத்திளைக்க நீராடுகிறார்கள். ஆண்கள் அவ்வப்போது 'பரோலில்' போய் காதலித்துவிட்டு அப்பாவியைப் போல் வீடு திரும்புகிறார்கள். 'பரோல்' என்கிற தலைப்பே நிறைய விசயங்களைப் பேசிவிடுகிறது.

> அவ்வப்போது
> பரோலில் வெளிவந்து
> உன்னோடு காதல் செய்வதில்
> குற்றமுணர்கிறேன் பெண்ணே!
> எனவே
> என்னை நீ இழந்து போவதில்
> எனக்குப் பெருந்துக்கமில்லை
> . . . .
> . . . .
> அடிக்கடி பரோல்
> அனுமதிக்கப்படுவதில்லை பெண்ணே
> என்னை நீ இழந்து போவதில்
> எனக்குப் பெருந்துக்கமில்லை

அபூர்வமான சித்திரிப்பு கொண்டவை சில வரிகள்.

> உலர்ந்த துணியில் தெறித்த
> சொட்டு நீர் ஓசையுடன் நடக்கும்
> பூனைகளுடன் இப்போது
> பகையில்லை எனக்கு

('பூனை')

> உன் பெயர் –
> இந்த இரவில் காலி அறையில் மாட்டிய கடிகாரம்

('உன் பெயர்')

என்கிற வரி அந்தக் கடிகாரம் போலவே துல்லியமாக ஒலிக்கிறது.

> மூட்டைப் பூச்சியானதால்
> ரத்தம் குடிக்கிறோமே தவிர
> ரத்தம் குடிப்பதற்காய்
> மூட்டையாகப் பிறக்கவில்லை.

(வரலாற்று முக்கியத்துவமுள்ள ஒரு சந்திப்பு)

என்கிற ஒரு கவிதையின் இடைவரிகள் என்னளவில் தனிக் கவிதையாகும் தகுதியுடையது.

இவரின் சில கவிதைகள் தேவையற்று நீள்வதாக எனக்குத் தோன்றுகின்றன. பேசி முடித்த பின்னும் பேசுகின்றன. சில கவிதையின் மையப்புள்ளியை விட்டுவிலகிக் கொஞ்சம் வேறு கதைகள் பேசுகின்றன. மொழியை லகுவாக்குவதன் உபவிளைவாக இதைக் கருதலாம் அல்லது அடிக்கடி அவர் கைக்கொள்ளும் ஒரு

வித உரையாடல் பாணியின் விளைவு என்றும் கொள்ளலாம். சுகுமாரனின் நிறைய கவிதைகளில் யாரோ ஒருவர் யாரோ ஒருவரிடம் எதையோ ஒன்றைக் கேட்கிறார். இங்கு அவர் கொஞ்சம் விளக்க முற்படுகிறார். இந்த உரையாடல் தன்மை சமயங்களில் ஒருவித 'கச்சிதமின்மையை' உருவாக்கிவிடுகிறது.

உதாரணமாக 'பேபி ஸார்' கவிதையைப் பார்க்கலாம்...

பேபி சார்
எல்லோரையும்போல
எப்போதும் தன்னை
பேபி சார் என்றே சொல்லிக்கொள்கிறார்

அழைத்து விசாரித்தால்
தொலைபேசிப் பதில்:
"ஆமாம், நான் பேபி சார்தான் பேசறேன்."

தட்டலுக்கு பதில் கேட்டால்
வாசற் குரல்:
"ஆமாம், நாம் பேபி சார்தான் வந்திருக்கேன்."

"ஆமாம், நான் பேபி சார்தான் பேசறேன்...", "ஆமாம், நாம் பேபி சார்தான் வந்திருக்கேன்" என்கிற பதில்களே இந்தக் கவிதைக்குப் போதுமானது என்று தோன்றுகிறது. அதற்கு முந்திய வரிகள் அவசியமற்றவையாகவே தோன்றுகின்றன.

'அன்றிரவு' என்கிற தலைப்பில் மதவெறிக் கும்பலிடம் சிக்கி நிர்வாணமாக்கப்படும் ஒருவனைப் பற்றிய கவிதை ஒன்று இருக்கிறது. இதே விசயம்பற்றி கட்டுரை ஒன்றையும் சுகுமாரன் எழுதி இருக்கிறார். எனக்குக் கவிதையைவிட கட்டுரை பிடித்திருக்கிறது. 'பலிக்கோழை' கவிதையின் நீளம் உறுத்தினாலும் நவீன யுகத்தின் குறிப்பிடத்தகுந்த அரசியல் கவிதை இது.

இவரின் கவிதைகளில் காதலும் காமமும் திரும்பத்திரும்பப் பேசப்படுகின்றன. இவ்விரண்டையும் பிரிக்கும் கோடு அவ்வளவு திடமானதல்ல என்பதையும் சொல்லிவிட வேண்டும். காதலைக் காட்டிலும் காமம் கூடுதலாகவே பேசப்பட்டுள்ளது. இவர் கடலைக் குறித்து எழுதினாலும், நதியைக் குறித்து எழுதினாலும், கபாலியைப் பற்றி எழுதினாலும், காளியைப் பற்றி எழுதினாலும் அதில் காமம் கலந்துவிடுகிறது. இது தவிர தனியாக வேறு காமம் பற்றி எழுதுகிறார். ஆனாலும் இவரின் கவிதைகளில் பெண் வெறும் இச்சைப் பண்டமல்ல. பெண்ணைக் குறித்தான அங்க வர்ணனைகளைப் பூதகண்ணாடி வைத்துத்தான் தேட வேண்டி இருக்கிறது. ஸ்பரிச மின்னல், இதழ்ச் சுனை , நாபிச்சுழல் போன்ற உருவகங்களே காணக்கிடைக்கின்றன. இவர் கவிதைகளில் காமம் என்பது ஒருவர் மற்றொருவரைச் சரணடையும் நிலம்.

ஒருவரை ஒருவர் பரஸ்பரம் நிரப்பிக்கொள்வது. இயல்பானதும் அவசியமானதும் மதுரமானதுமான ஒரு உயிர்ச்செயல்பாடு.

சலமழப் பேழை; ஊத்தைப் புன் தோல்
நாற்றப் பாண்டம்; பீற்றல் துண்டம்
மாயா விகாரம்; மரணப் பஞ்சரம்
நீரில் குமிழி; நீர் மேல் எழுத்து

என்றெல்லாம் சித்தர்கள் வசைபாட, சுகுமாரனோ

பழகப்பழக பெண்
உடல் மட்டும் ஆவாளா?
முட்டாளே, நான்
மழையில் திளைக்கும் பெரு நிலமில்லையா?

என்று திருப்பி ஏசுகிறார்.

ஈரம் கசிய விரியும் என் மழிக்கப்படாத உறுப்பு
சிறையல்ல, முட்டாளே! தபோவனம்

என்று ஏசுகிறது இன்னொரு பெண் குரல்.

ஆறாத புண்ணில் அழுந்திக் கிடவாமல்
உய்யடா! உய்யடா! உய்!...

என்று கூவியபடியே பட்டினத்தாரும் பத்திரகிரியாரும் சுகுமாரனைத் துரத்திக்கொண்டு ஓடுகிறார்கள். ரொம்பவும் லாவகமாக அவர்களை வேறு திசையில் போக்கிவிட்டு ஒரு பெட்டிக்கடை மறைப்பில் ஒளிந்துகொள்கிறார் இவர். பிறகு சீழ்க்கையடித்தபடியே தன் 'தபோவனத்திற்கு' திரும்புகிறார். சுகுமாரனின் கணக்கில் உய்ய வேண்டியது அவர்கள்தான்.

எனினும் சுகுமாரன் 60 வயதைத் தொட இருக்கிறார். இனிமேலாவது அவர் இது போன்ற சிற்றின்பச் சகதிகளிலிருந்து விடுபட்டு, பேரின்ப வெளியேகி, சிவானந்தத் தேன் பருகி, சும்மா இருக்கும் சுகம் காண எல்லாம் வல்ல கச்சி ஏகாம்பன் அருள் புரியட்டும்!

ஆத்மாநாம் அறக்கட்டளை நிகழ்த்திய 'சுகுமாரன் – 60' நிகழ்வில் வாசிக்கப்பட்ட கட்டுரை

8

ஆண்பால் – பெண்பால் – அன்பால்

"குடும்பம் எனும் வலிய தாம்புக்கயிற்றால் இழுத்துக் கட்டப்பட்டிருக்கும் 72 கிலோ எடையுள்ள நாய்நான்." இது என்னுடைய வரிதான். இந்தக் கட்டுரையைத் துவங்கும் முன் அந்த நாயிடம் நான் சொல்லிக்கொள்வதெல்லாம் 'எவ்வளவு புரட்சிக்குறைவாகத் தோன்றினாலும் உண்மையையே குரை' என்பதையே.

"அந்திக்கருக்கலில் ஒரு மனிதன் நடந்து வந்துகொண்டிருந்தான்" என்கிற வரியை ஒருவர் வாசிப்பதாகக் கொள்வோம். அவர் மனதில் விரியும் 'மனிதன்' நிச்சயம் ஒரு ஆண்தான். நமது மொழி ஆண் மையப்படுத்தப்பட்டது என்பதை ஒரு எழுத்தாளனாக என்னால் அடிக்கடி உணர முடிந்திருக்கிறது. பள்ளிப்பருவத்தில் ஒரு மிஸ் ஏதோ ஒரு பொருளைக் கொடுத்து, டீச்சர்ஸ் ரூமில் இருக்கும் இன்னொரு மிஸ்ஸிடம் கொடுத்துவரச் சொன்னார். நான் பள்ளி முழுக்கத் தேடியலைந்துவிட்டுத் திரும்ப வந்து அதை அவரிடமே கொடுத்துவிட்டேன். ஏனெனில் பள்ளியில் 'ஆசிரியர் அறை' தான் இருந்தது. 'ஆசிரியைகள் அறை'யை எங்கு தேடியும் காணவில்லை. 'ஆசிரியர் அறை' என்றால் அங்கு மாஸ்டர்கள் மட்டும்தான் இருப்பார்கள் என்று என்

புத்தியில் யார் வந்து புகட்டியது? 'ர்' விகுதி ஆண்களுக்கானது என்பதை அந்தச் சிறுவனுக்கு யார்தான் கற்பித்தது?

மனிதனுக்குப் பதிலாக இன்று 'மனிதி' எனும் சொல் புழக்கத்தில் வரத்துவங்கியிருப்பது மகிழ்ச்சியளிக்கிறது. வரவேற்போம்... பயன்படுத்துவோம். சாதாரண மனிதர்கள் மட்டுமல்ல புத்திஜீவிகள், அரசியல் விமர்சகர்கள் என யாராலும் 'கற்பழிப்பு' என்கிற சொல்லிலிருந்து இன்னும் முழுமையாக விடுபட முடியவில்லை. அவ்வப்போது வாய் தவறிவிடுகிறது. நான் இரண்டு மாதங்களுக்கு முன் எழுதிய ஒரு கவிதையிலும் 'கற்பழிப்பு' வந்துவிட்டது. பிறகு புத்தி பதறிவிழித்தே அதை 'வல்லாங்கு' என்று மாற்றினேன்.

இன்று சில ஆண்கள் பெருமையாகச் சொல்லிக்கொள்ளும் விஷயம் ஒன்று உண்டு...

"நான் என் ஒய்ஃபுக்கு துணியெல்லாங்கூட துவச்சு குடுப்பேன்க..."

துணி துவைப்பது வரை சரிதான்... "துவைத்துக் கொடுப்பேன்..." என்றால்... அதாவது துணி துவைப்பது பெண்களின் கடமை; அதில் இவர் பங்கெடுப்பது இவரின் பெருந்தன்மையைக் காட்டுகிறது என்று பொருள். நான் இன்னும் "துணி துவைத்து கொடுப்பவனாகத்தான் இருக்கிறேன். சீக்கிரம் துணி துவைக்க வேண்டும். ஆமாம். இரண்டாயிரம் வருஷத்துப் பழக்கம். இரண்டு புத்தகங்களால் அப்படிச் சட்டென மாறிவிடாது. ஒரு ஆண் தனக்குள் இருக்கும் 'ஆணை' துறப்பது அவ்வளவு எளிதானதல்ல. எழுத்தாளன் ஆன உடனே ஒருவன் 'சமதர்மன்' ஆகிவிடுவான் என்று நம்ப நான் தயாராக இல்லை.

எல்லோரையும் போலவே எனது உலகின் முதல் பெண்ணும் என் அம்மாதான். எல்லா அம்மாக்களையும் போலவே 'தியாக ஜோதி.' எட்டாம் வகுப்பு படிக்கையில் படிப்பை நிறுத்தி விட்டு திருமணம் செய்துவைத்துவிட்டார்கள். என் புத்தக வெளியீட்டு விழா ஒன்றில் பேசிய அம்மாவின் ஆசிரியர் இப்படிப் பேசினார்...

"நாகரத்தினம் ரொம்ப நல்லா படிக்கிற புள்ளையாச்சே... இப்படி பாதியில நிறுத்தறாங்களே... என்று எனக்கு ரொம்ப வருத்தமா இருந்துச்சு... அந்தக் குறை இன்று அவள் மகனின் மூலமாகத் தீர்ந்துவிட்டது..."

உண்மையில் அந்தக்குறை அப்படித் தீர்ந்துவிடுகிற குறையா என்ன?

குடும்ப வண்டியை ஒரு மாட்டைப் போல் அவள்தான் இழுத்தாள். வீட்டுவேலை என்று அவள் எனக்குத் தந்தது தண்ணீர் எடுப்பது மட்டும்தான். அதுவும் வேறு வழியே இல்லை என்பதால். என் அப்பா ஒரு நாடக நடிகர். சமயங்களில் நாயகன். இயக்குனர் வேறு; கவிஞரும் கூட. எனவே அவர் சைக்கிளில் ரண்டு குடம் போட்டுத் தண்ணி எடுத்தால் பார்க்க அவ்வளவு பாந்தமாக இருக்காதல்லவா? எனவே அம்மா என்னைத்தான் குழாயடிகளுக்கு அழைத்துப்போவாள். நீண்ட, மிக நீண்ட வரிசைகளில் நான் நின்றிருக்கிறேன். அது ஒரு ஆக்ரோஷக் களம். களமாடுதல்தான் அது. களம் காண்பதில் எழுபது சதவீதம் பெண்களே. அந்தக் காட்சிகளை இப்போது திரும்ப எண்ணிப் பார்க்கவே திகிலாக இருக்கிறது. பல நூறு காளிகளை ஒரே திடலில் வைத்துப் பல மணி நேரங்கள் பார்த்துக்கொண்டே இருப்பதென்றால்... ஆமாம் சினிமாவில் வருவதைப் போன்றே எழுதக்கூசும் வசைகளால் அவர்கள் திட்டிக்கொள்வார்கள். மாறிமாறிக் குடுமியைப் பிடித்துத் தாக்கிக்கொள்வதும் உண்டு. தினமும் இது நடக்காதுதான் என்றாலும் எந்த நொடியும் நடந்து விடும் பதற்றம் எல்லா நொடிகளிலும் விரவிக் கிடக்கும்.

நமது சீமான்களுக்கும் அறிஞர்களுக்கும் அற்பமான விஷயத்திற்கான உதாரணத்தைத் தேடுகையில் எளிதாகச் சிக்குவது 'குழாயடிச்சண்டை' தான். ஆனால் ஒரு பெரும் கூட்டத்தை வெறும் தண்ணிக்கு அடித்துக்கொள்ள வைத்திருப்பதைப் பற்றிய 'கேவல உணர்வு' நமது ஆட்சியாளர்களுக்கோ அறிஞர் பெருமக்களுக்கோ நிச்சயமாக இருப்பதில்லை. அவர்களின் 'ஷவர்களில்' எப்போது திருகினாலும் 'மழை மேகம்' பொழிகிறது. பிறகு கேலி எழத்தானே செய்யும்? இளிப்பு வரத்தானே செய்யும்?

ஔவை, கே.பி. சுந்தராம்பாள், பேச்சியம்மாள் என்கிற என் பாட்டி மூவரையும் எப்படியோ என் நினைவு ஒரு சேரக் கட்டி வைத்திருக்கிறது. ஔவையையும் கே.பி. எஸ்ஸையும் குழப்பிக்கொள்வது இயல்பானதே. இதற்கிடையில் என் பாட்டி எப்படி நுழைந்தாள் என்பதுதான் எனக்கு விளங்கவில்லை. என் பாட்டிக்குக் கொஞ்சம் கே.பி.எஸ் ஜாடை உண்டென்றே நினைக்கிறேன் அல்லது என் மனம் அப்படி வலிந்து உருவாக்கி வைத்திருக்கிறதா?

உணர்ச்சியில் விளையாடும்
உன்னதக் கவிச்சிங்கம்
தளர்ச்சியில் விழலாகுமா – "மகனே
சந்தனம் சேராகுமா ?"

என்கிற வரிக்கு 'இந்தச்சிங்கம்' "தலை புதைத்துத் தேம்புவது கே.பி.எஸ் மடியிலா? அல்லது என் பாட்டியின் மடியிலா?

தாயிருக்கும் வரையில் கலக்கமில்லை – இந்தத்
தாயிருக்கும் வரையில் கலக்கமில்லை – எந்தச்
சபையிலும் உனக்கு நடுக்கமில்லை ...
சென்று வா ... மகனே ... சென்று வா ..."

என்று வாழ்த்தி வழியனுப்புவது சர்வ நிச்சயமாக என் பாட்டி தான். கே.பி.எஸ் வெறுமனே வாயை மட்டும்தான் அசைக்கிறார்.

பெண் உடலாகவும் மனமாகவும் வலுவற்றவளாகவே தொடர்ந்து முன்வைக்கப்பட்டு வருகிறாள். என் தங்கையொருத்தி இந்தச் சித்திரங்கள் உண்மையில்லை என்று எனக்குக் காட்டித் தந்தாள். அப்போது அவளுக்கு மீறினால் பத்து வயதிருக்கும்.. விடுமுறைக்கு என் வீட்டுக்கு வந்திருந்தாள். இரவில் தூங்கிக் கொண்டிருக்கையில் பெரிய தேள் ஒன்று கொட்டிவிட்டது. கதறித் துடித்தாள். வீறிடலில் வீடு ஒலி வாங்கியது. அவ்வளவு வலிக்கும் கண்ணீருக்கும் இடையே அவள் சொன்னது எனக்கு இன்றும் வியப்பளிப்பதாகவே இருக்கிறது ...

"நல்ல வேளை ... எனக்குப் பதிலா சங்குப் பாப்பாவ கொட்டியிருந்தா என்ன ஆயிருக்கும் ..."

சங்குப்பாப்பா என்று அவள் சொன்னது அவளைவிட இரண்டு வயது குறைந்த என் உடன் பிறந்த தங்கையை. இருவரும் ஒன்றாகத்தான் உறங்கிக்கொண்டிருந்தார்கள்.

அதே உறுதியுடன், அதே தீரத்துடன் பின்னாளில் அவள் சாணிப்பொடியைக் கரைத்துக் குடித்து தன் காதலை நிறைவேற்றிக்கொண்டாள். பார்க்கப் பூஞ்சையாக, தொட்டால் ஒடிந்துவிடும் தேகத்துடன், பூனைபோல் திரியும் அவள்தான் என் உறவுகளிலேயே சாணிப் பொடிக்குப் பயப்படாதவள். மற்றவர்களெல்லாம் சாவுக்குப் பயந்து செத்தவர்கள். நான் ஒரு முறை அதைத் திறந்து பார்த்திருக்கிறேன். அவ்வளவு பச்சையாக, ஆக்ரோஷமாக மின்னியது. "பிறகு பார்த்துக்கொள்ளலாம் ..." என்று மூடிவைத்துவிட்டேன்.

நமது கனவுகள் பெருத்துப் போய்விட்டன. அதைக் கண்டு மகிழ நமக்கு நிறைய காசு வேண்டி இருக்கிறது. அப்பா ஆபிஸ் போய் அம்மா வீடு பெருக்கிய காலம் முடிவடைந்துவிட்டது.

அழுக்கு பேக் ஒன்று அம்மாக்கள் தோளிலும் ஏறிவிட்டது. தவிர, அம்மா ஆபிஸ் போக அப்பா டாஸ்மாக் போகும் குடும்பங்களையும் நான் நிறையவே பார்த்திருக்கிறேன்.

அலுவலகத்திலிருந்து வீடு வந்ததும் பேக்கை ஒரு மூலையில் எறிந்துவிட்டுப் படுக்கையில் விழுவதோடு ஆணின் கடமை முடிந்துவிடுகிறது. ஆனால் ஒரு பெண்ணின் பணி வீட்டிலும் தொடர்கிறது. சமயங்களில் நான் தெருமுனையிலேயே சட்டைப் பொத்தான்களை கழற்றத் துவங்கிவிடுவேன். ஒரு பெண் இதற்கு எல்லாக் கதவுகளையும் எல்லா ஜன்னல்களையும் அடைக்க வேண்டியிருக்கிறது.

அலுவலகத்திலிருந்து வீடு வந்ததும் சற்றே தலைசாய்த்திருக்கும் என் மனைவி

"ஒரு பத்து நிமுஷங்க. எந்திருச்சு சமச்சர்றேன் ..." என்று சொல்லும்போது உண்மையில் என் முகத்தை எங்கு வைத்துக் கொள்வதென்று எனக்குத் தெரிவதில்லை.

"ஒண்ணும் அவசரமில்லை ... மெதுவா எந்திரி ..." என்று தாராளம் காட்டுவேன்தான் என்றாலும், அடுப்படியைப் பொறுத்தமட்டிலும் எனக்குத் தண்ணீர் சுடவைப்பதைத் தவிர வேறொன்றும் தெரியாது என்பதே உண்மை. மற்றபடி நான் அங்கு அதிகம் புழங்குவதில்லை. கரப்பான்பூச்சி தொந்தரவு அதிகமானால் போய் அடித்துவிட்டு வருவேன். அவ்வளவுதான்.

"கரம் மசாலா ... சின்ன பாக்கெட் ... எங்க சொல்லுங்க ... கரம் மசாலா ..." என்று என் மனைவி விளக்கும்போது எனக்கு ஆத்திரம் வரத்தான் செய்கிறது. "என்ன இது ... பார் போற்றும் ஒரு கவிக்கு மசாலா பாக்கெட் வாங்கத் தெரியாதா என்ன?"

என்றாலும், சமயங்களில் அவள் பயந்தது போலவே வேறு மசாலாவுடன்தான் வீடு போய்ச்சேர்கிறேன்.

நமது குடும்ப அமைப்பின்மீது, அதன் ஆகச் சிறந்த அங்கத்தினனாக இருக்கும் பட்சத்திலும் எனக்கு நிறைய புகார்கள் உண்டு. இழுத்துப்பிடித்துச் சேர்த்துக்கட்டும் நமது திருமண பந்தங்கள்மீது நிறையக் கேள்விகள் உண்டு ...

இந்தச்செருப்பைப் போல்
எத்தனைப் பேர் தேய்கிறார்களோ
இந்தக் கைகுட்டையைப் போல்
எத்தனைப் பேர் பிழிந்தெடுக்கப்படுகிறார்களோ
இந்தச் சட்டையைப் போல்
எத்தனைப் பேர் கசங்குகிறார்களோ
அவர்கள் சார்பில்

உங்களுக்கு நன்றி
இத்துடனாவது விட்டதற்கு.

ஆத்மாநாமின் இந்தக் கவிதையை நமது குடும்ப அமைப்பை நோக்கிச் சத்தமாகச் சொல்லலாம்.

பெண் மட்டுமல்ல. ஆணும்தான் அந்த எலிப்பொந்தில் வகையாக மாட்டிக்கொள்கிறான். பிறகு ஆயுள் முழுக்க அதற்குள்ளேயே ஓடிஓடிச் சாகிறான். நமது எலிகளுக்கு அதிலிருந்து எப்படி வெளிவருவது என்று தெரிவதில்லை. வெளியே வந்தால் உயிர்வாழ முடியுமா? என்கிற அச்சமும் விடுவதில்லை. எனவேதான் 'அந்தப் பொந்துகள்' இன்னும் வாழ்வாங்கு வாழ்கின்றன.

இவ்வளவு ஊழல்களுக்குப் பிறகும், இவ்வளவு கிட்னித் திருட்டுகளுக்கு பிறகும் "மருத்துவர்" என்கிற சொல்மீது இன்னும் கொஞ்சம் புனிதம் ஒட்டித்தான் கிடக்கிறது. ஆனால் ஒரு பெண் மருத்துவரானால் என்ன? ராக்கெட் ஏவினால் என்ன? பெண் வெறும் பெண்தான் நமது ஆண்களுக்கு.

ஒரு மருத்துவர் . . . அதுவும் பொறுப்பு மருத்துவ அலுவலர்... அவரின் கீழே சுமார் நூறுபேர் பணிபுரிகிறார்கள். அந்த மருத்துவர் நோயாளிகளைப் பரிசோதித்துக்கொண்டிருந்த ஒரு காலை வேளையில் அவர் கணவன் உள்ளே நுழைகிறார். அவரை அத்தனை பேர் மத்தியிலும் அடித்து இழுத்துச் சென்றார். காதணிகள் அறுந்து ரத்தம் சொட்டியது. பணியாளர்கள் நூறு பேராலும் கைகட்டி வேடிக்கைதான் பார்க்க முடிந்தது. ஏனெனில் அடிப்பது அவளின் ஆண். அவன் தாராளமாக அடிக்கலாம். அது அவர்கள் குடும்ப பிரச்சனை. போகிற வழியில் தாறுமாறாக வண்டியோட்டி அவள் வண்டியிலிருந்து தவறிக் கீழே விழுந்துவிட, அவன் திரும்பிவந்து இரத்தச் சிராயப்புகளுடன் இருந்தவளை, "ஒழுங்காக . . . உட்கார கூடத் தெரியாதா சனியனே . . ?" என்று திரும்பவும் அடித்தான். நமது தலைவியர் மட்டும் என்ன சாதரணர்களா? காலையில் தலைவன் குடிக்கும் காபியில் கொஞ்சமாக விஷத்தைக் கலந்துவிடுகிறார்கள். அவனும் அதை சப்புக்கொட்டிக் குடித்துவிடுகிறான்.

நமது குடும்ப அமைப்பை இன்னும் சற்றுத் தளர்த்த வேண்டுமா? அல்லது முற்றாக மாற்ற வேண்டுமா? அப்படி மாற்றி அமைக்கப்படும் அமைப்பு வெற்றியடைவதற்கான சாத்தியங்கள் எவ்வளவு? அந்த புதிய அமைப்பு எமது மனிதனின், மனிதியின் முகங்களில் ஒளி மலரை மலர விட்டுவிடுமா?

என்பது குறித்தெல்லாம் என்னிடம் தீர்க்கமான பதில்கள் இல்லை. ‘வலிக்கிறது’ என்பது மட்டும் தெரிகிறது. மருந்து என்ன என்பதை ‘மருத்துவர்கள்’ தான் சொல்ல வேண்டும்.

ஒரு முறை அலுவலக சகா ஒருவரிடம் சொன்னேன்.

“சார் . . . நமது விலாஸ்கள் மட்டும் இன்னும் கொஞ்சம் அன்போடு, இன்னும் கொஞ்சம் சுத்தமாக, இன்னும் கொஞ்சம் முறுவலாக, புளிக்காத மாவில், வயிற்றுக்கு ஊறு செய்யாத தோசைகளைத் தயாரிக்கத் துவங்கிவிட்டால் போதும், நமது குடும்பங்கள் ஆட்டம் கண்டுவிடும் . . .”

அதற்கு அவர் சொன்னார் . . .

“நல்ல பகடி . . . நீங்களே சிரித்துக்கொள்ளுங்கள் . . . தம்பி, ஒரு புல்டோசரே எங்கிருந்து துவங்குவது என்று தெரியாமல் குழம்பி நிற்கும் இடம் அது . . .”

“வீடு பெறாவண்ணம் யாப்பதை வீடென்பார்” என்கிறது நமது மகாகவியின் வரியொன்று.

காம சூத்திரமும் கொக்கோக சாஸ்திரமும் நடம் பயின்ற நாட்டில் இன்று நிலைமை சரியில்லை. “வயதிற்கு வந்த பெண்ணை வீட்டில் தனியாக விடுவ்து எப்படி?” என்பது முந்தைய தலைமுறையினருக்கான கவலையாக மாறிவிட்டது. இன்றோ யோனியுடன் ஒரு உயிர் பிறந்துவிட்டால் அடுத்த கணத்திலிருந்து அதற்குப் பாதுகாப்பில்லை என்பதே நமது அவலம். இரண்டு வருடச் சிசுவை வல்லாங்கு செய்துவிட்டதாக வருகிற செய்திகளை எப்படி ஜீரணித்துக்கொள்வதென்று தெரியவில்லை. உறுப்பைச் சிதைப்பது மட்டுமல்ல . . . ஒரு ஆட்டைத் துண்டாக்குவது போல் கூறுகூறாக அறுத்து பாத்திரத்தில் போட்டு சாதாரணமாக மூடி வைத்துவிடுகிறார்கள்.

சென்னை புத்தக்காட்சியில் ஒரு நண்பரைச் சந்தித்தேன். அவர் ‘முசுடு’ என்று பேர் எடுத்துவைத்திருக்கும் ஒரு பிரபலம். இது மூன்றாவது சந்திப்பு. முதல் இரண்டு சந்திப்புகள்கூட அவ்வளவு நீண்டதல்ல. அவர் வாசகர்களுக்குக் கையொப்பமிட்டுக் கொடுத்துக்கொண்டிருந்தார். கிடைத்த இடைவெளியில் கட்டிக்கொண்டோம். அங்கு ஒரு இருக்கைதான் இருந்தது. அதில் அவர் மகள் அமர்ந்திருந்தாள். அவளை எழச் சொல்லிவிட்டு என்னை அதில் அமரச் சொல்லி வற்புறுத்தினார். நான் மறுத்து மறுத்துப் பார்த்துவிட்டுக் கடைசியாக அமர்ந்துகொண்டேன். பிறகு அவர் தன் மகளிடம் சொன்னார் . . .

நீ வேணா அங்கிள் மடில உட்கார்ந்துக்கடி . . .

அவர் மகள் அநேகமாக பத்தாவதோ பன்னிரண்டாவதோ படிப்பவளாக இருக்க வேண்டும். அவ்வளவு அன்பிற்கு, அவ்வளவு நம்பிக்கைக்கு நான் பழக்கப்பட்டிருக்கவில்லை என்பதால் எனக்கு வியர்த்துக் கொட்டிவிட்டது. நல்லவேளையாக அம் மகள் அப்படி அமராததின் வழியே என் கண்ணீரைத் தடுத்தாட் கொண்டாள். 'ஆண்பால் – பெண்பால் – அன்பால்' பற்றி அவரிடம் தான் – அவனிடம் தான் – கேட்க வேண்டும். அவன் 'அன்பால் – அன்பால் – அன்பால்' என்று சொல்லக்கூடும். 'நல்லார் ஒருவர் உளரேல் . . .' என்பதன்றோ நம் கவி மரபின் பித்து. என்னடி என் பாட்டி . . ! பித்தச்சி . . ! போகிற போக்கில் எப்படியொரு வரியை எழுதித் தொலைத்துவிட்டாய் ! எவ்வளவு பெரிய மடமையிலிருந்து விளைந்தெழுந்த செழுங்கனி இவ்வரி.

'காதல்' . . . இந்த ஒற்றைச் சொல்லை நமது எழுத்தாளர்கள், கவிஞர்கள், தத்துவாசிரியர்கள், ஆன்மீக யோகிகள், மருத்துவ வல்லுநர்கள் . . . எனப் பலரும் வேறுவேறாக விதவிதமாக விளக்கி விட்டார்கள். ஆயினும் அது ஒற்றைச் சட்டகத்திற்குள் ஒழுங்காக ஒடுங்கி அமரமாட்டேன் என்கிறது. நாம் என்ன பெயரிட்டு அழைத்தாலும் அது விஷமமாகப் புன்னகைக்கிறது. விலக்க விலக்கத் திரைகள் விழுந்துகொண்டே இருக்கின்றன.

"வெறும் காமம். நாம் பயப்படும்படி வேறொன்றுமில்லை . . ." என்பது காதலில் இருந்து தப்ப முயல்பவர்கள் கைக்கொள்ளும் எளிய வழிமுறை. இரயில் முன் பாய்ந்து இரண்டு துண்டாகப் போவதை வெறும் காமம் என்று எப்படிச் சுருக்குவது? இச்சைதான் பிரதானமெனில் கள்ளக்காதல் ஜோடிகள் ஏன் கட்டியணைத்தபடியே விடுதி அறைகளில் விஷமருந்தி மடிகிறார்கள்?

நமது சங்கப்பாடல்களில் கண்ணீர் கொட்டிக் கிடக்கிறது. அதிகமும் தலைவியின் கண்ணீர். தலைவன் பொருட்வயின் பிரிந்துவிடுகிறான். தலைவி அவன் போன திசை பார்த்து யுகயுகமாய்க் காத்திருக்கிறாள். கார் வருகிறது . . . காதலன் வர மாட்டேன் என்கிறான். "நார் இல் மாலை . . ." அதாவது அன்பற்ற மாலை என்று மாலைப் பொழுதைத் தூற்றுகிறாள். பிரிவுடை இராத்திரி நீண்டுகொண்டே போக "நெருப்பு வட்டமான நிலா" உச்சியில் நின்று எரிக்கிறது. ஏக்கம் தாளாது அவள் மேனியில் பசலை ஏறுகிறது. "நிலம் புடை பெயரினும், நீர் திரிந்து பிறழினும் . . ." நாடனொடு கொண்ட நட்பு மாறவே மாறாதென்று உறுதி காத்திருக்கிறாள்.

அன்று தொடங்கிய 'ஊடல்' இன்றும் நம் காதல்களை அழகாக்கியபடியே தொடர்கிறது. தன் காதலை ஏற்றுக்கொள்ள மன்றாடியபடி, காதலியின் வீதி வழியே பனங்கருக்குக் குதிரையில் 'மடலேறி' வந்து, தன்னைத் தானே வதைத்துக்கொண்டான் தலைவன். இன்று அவன் "அமிலப்புட்டிகளுடன்" அலைவது தான் ஆகக் கொடூரமானது.

ஒரு கவிஞனின் எல்லாப் பித்தலாட்டங்களையும் பொறுத்துக்கொண்டு எப்போதும் அவனை ஏந்திப்பிடிக்க எல்லாப் பருவத்திலும் ஒருத்தி இருக்கிறாள். அவள் பொருட்டே அவன் காணி மும்மாரி காண்கிறது.

ஆனந்த விகடன், அக்டோபர் 2016

9

தொப்பிக்குள் கோழிக்குஞ்சு வந்துசேரும் வழி

'ஓநாயும் ஆட்டுக்குட்டியும்' திரையாக்கமும் திரைக்கதையும்

சமீபத்தில் இயக்குநர் மிஷ்கினின் ஐந்து திரைக்கதைகள் நூல் வடிவம் பெற்றுள்ளன. அதில் 'ஓநாயும் ஆட்டுக்குட்டியும்' புத்தகத்துக்கு மட்டும் ஒரு சிறப்பம்சம் உண்டு. அது 'திரையாக்கம்' என்கிற ஒன்றையும் கூடுதலாகத் தாங்கி வந்திருக்கிறது. இந்தத் திரையாக்கம் பகுதியில் மிஷ்கினே இந்தப் படத்தின் ஒவ்வொரு காட்சியையும் விளக்குகிறார். ஏன் இந்தக் காட்சியை வைத்தேன்? அதை ஏன் இந்தக் கோணத்தில் வைத்தேன்? என்பது உட்பட, ஒவ்வொரு காட்சி குறித்தும் விரிவான உரையாடல்களை முன்வைக்கிறார். இப்படி இயக்குநரே தன் திரைக்கதையை விளக்கிச்சொல்லும் புத்தகம் தமிழில் இதுவரை வந்ததில்லையென்றும், இதுவே முதல்முறையென்றும் புத்தகத்தின் முன் அட்டைக் குறிப்பு சொல்கிறது.

எல்லோரையும்போல எனக்கும் மிஷ்கின் அறிமுகமானது 'அந்தக் குத்துப்பாட்டின்' வழியே தான். அது குத்துப்பாடல்தான் ஆனால் கூடவே அதில் வேறொன்றும் இருந்தது. "வால மீனு" பாடலை முதன்முதலாக பார்த்தபோதே அதில் ஒரு வித மயக்கம் இருப்பதை அறிந்துகொள்ள முடிந்தது. அந்த மயக்கம் மிஷ்கினின் எல்லாப் படங்களிலும் தொடர்ந்தது. மிஷ்கின் என்னவோ வித்தை காட்டுகிறார். மயக்கு வித்தையது. இந்தப் புத்தகத்தில்

அந்த மயக்கம் எங்கிருந்து வருகிறதென்று வித்தைக்காரரே பேசுகிறார்.

ஒரு மேஜிசியன் தன் தொப்பிக்குள் கோழிக்குஞ்சு எப்படி வந்து சேர்கிறது என்பதைச் சொல்வானா? அவனுக்கு கிறுக்கா பிடித்திருக்கிறது. அதுவன்றோ அவன் வாழ்வு. அவன் வசீகரம். அவன் மர்மம்..? எனவே ஒரு மடையனும் அது குறித்து வாய் திறக்க மாட்டான். ஆனால் மிஷ்கின் சொல்கிறார். தொப்பிக்குள்ளிந்து கோழி எடுக்கும் வித்தை போனால் என்ன? கோழிக்குஞ்சிலிருந்தது தொப்பியை உருவும் வித்தையும் தனக்கு தெரியும் என்று அவர் உறுதியாக நம்புகிறார். அந்தத் துணிச்சல்... அந்தத் துணிச்சலில்தான் அவர் தன் எல்லா ஒப்பனைகளையும் களையத் துணிகிறார். எல்லா இரகசியங்களையும் வெளியரங்கமாக்குகிறார்.

ஒரு படத்தில் ஜீப் ஒன்று உறுமி கிளம்பப் பார்க்கிறது. உறுமுகிறது... ஆனால் கிளம்ப முடியவில்லை. உறுமுகிறது . . . ஆனால் கிளம்ப முடியவில்லை. கடைசியில் பார்த்தால் அந்த ஜீப்பை ஒரு நாயகன் தன் ஒற்றைக்காலில் கட்டி நிறுத்தியிருக்கிறான். இதற்கு நிகரான காட்சி ஒன்று இப்படத்திலும் உண்டு. *'SPLENECTOMY OPERATION'* செய்யப்பட்ட ஓநாய் எட்டு மணி நேரத்திற்குள் எழுந்து உட்கார்ந்துவிடுகிறது. உட்காருவது மட்டுமல்ல. தாவுகிறது. குதிக்கிறது. சண்டையிடுகிறது. *'SPLENECTOMY OPERATION'* செய்யப்பட்ட ஒருவர் எட்டு நாட்கள் முழு ஓய்வு எடுக்க வேண்டும் என்று மருத்துவம் சொல்கிறது. நாம் முன்னதை மசாலா படம் என்கிறோம். இந்தப் படத்தை நல்ல சினிமா என்கிறோம். ஏன்? ஒரு வேளை இந்தக் கேள்விக்கான விடை இந்தப் புத்தகத்தில் உங்களுக்குக் கிடைக்கக்கூடும்.

தமிழில் உரைமரபு உண்டு. புரியக் கடினமானவற்றிற்கு உரை சொல்வது நமக்குப் புதிதான ஒன்றல்ல. வள்ளுவரைத் தொட்டுணரச் சில சமயங்களில் பரிமேலழகர் அவசியமாகிறார் என்பதை மறுப்பதற்கில்லை. ஆனால் இங்கு சிக்கல் என்னவென்றால் படைப்பாளியே தன் படைப்புக்கு உரை சொல்வதுதான். இதில் தன்னைத்தானே பெருக்கிக் காட்டிக்கொள்ளும் 'தற்பெருக்கம்' நிகழ்ந்துவிட வாய்ப்புண்டு. ஆனால் மிஷ்கின் தன் மனம் திறந்த, பாசங்கற்ற உரையாடல்களின் வழியே இந்தச் சிக்கலை எளிதாகக் கடந்துவிடுகிறார். தன் ஒவ்வொரு காட்சியையும் தானே வியந்துகொள்ள எழுதப்பட்டதல்ல இந்தப் புத்தகம் என்பதை வாசித்து முடிக்கையில் நாமும் ஒப்புக்கொள்கிறோம்.

படத்தின் இறுதிக்காட்சி . . . கண் தெரியாத சிறுமியை தன் பின்னால் நிறுத்திக்கொண்டு சண்டையிடும் காட்சி. மிஷ்கின் சொல்கிறார் . . .

"என் கோட்டைக் கழற்றி, கையில் மாட்டிக்கொண்டு அந்தக் குழந்தையை அப்படியே இழுத்துவருகிறேன். நடந்து வருகிற பொழுது, என் கால்களுக்கு அடியில், அந்தக் குழந்தையின் சிறுகால்களும் வரும். சில சமயங்களில் நான் சினிமா எடுத்துக் கொண்டிருக்கும் பொழுது எதிர்பாராவிதமாக சில சிறந்த moments கிடைக்கும். இந்த moments-ஐ நான் மிகச்சிறந்த cinematic achievementஆக பார்க்கிறேன். அதாவது என்னுடைய முயற்சி எதுவும் இல்லாமல், என்னுடைய சுயம் அங்கில்லாமல், தானாக ஒரு சினிமா அங்கே நடந்திருக்கிறது. அதைக் கண்டுபிடித்து பயன்படுத்திக்கொள்வது மட்டுமே இங்கு இயக்குநராக என் வேலை. மேலும் இதுபோன்ற momentsகள் ஒரு இயக்குநரை தலையில் குட்டுவைத்துக் கீழே உட்கார வைக்கின்றன."

திரைக்கதை எழுதி, இயக்கி நடித்திருப்பதால் அதனதன் தனித்துவமான சவால்கள் குறித்து விரிவாகப் பேசுகிறார். ஒரு திரைக்கதை ஆசிரியராக எளிதாக எழுதிவிட முடிந்ததை, ஒரு இயக்குநராக அவ்வளவு எளிதாக இயக்க முடிவதில்லை. ஒரு இயக்குநராக எளிதாக சொல்ல முடிந்ததை, ஒரு நடிகராக எளிதில் நடித்துவிட முடியவில்லை.

இப்படத்தில் பெரிதாக மெச்சப்பட்ட காட்சி எதுவெனில், அதுவரையிலான படத்தின் மொத்தக் கதையையும் ப்ளாஷ்பேக் ஏதுமின்றி ஒரு சிறுமிக்குக் கதை சொல்லும் வடிவில் சொல்லும் காட்சிதான். அந்தக் காட்சி மக்களுக்குப் புரியாது, வேண்டவே வேண்டாம் என்று கடும் எதிர்ப்பு இருந்திருக்கிறது. உண்மையில் இந்தக்காட்சி பற்றி எழுதத்தான் இந்தப்புத்தமே எழுதப்பட்டதாகச் சொல்கிறார் மிஷ்கின். அந்தக்காட்சி குறித்து மிக விரிவாகவே சொல்லியிருக்கிறார். கொஞ்சமாக இங்கு பார்க்கலாம் . . .

"என் எழுத்தாள நண்பர்களையும் உதவி இயக்குநர்கள் பத்து பேரையும் இந்தக் காட்சிக்குச் சம்மதிக்க வைக்கவே முடியவில்லை . . ."

"எழுத்தாளனுக்கு, கலைஞனுக்கு ஒரு காட்சி எழுதும் பொழுதே அதன் முடிவு தீர்க்கமாக வெளிப்படுகிறது. சிலர் அந்தத் தரிசனத்தைக் கண்டுகொள்ளும் பக்குவம் இல்லாதவர்களாக இருப்பார்கள். அதனால் அந்தக் காட்சியில் பிழை இருப்பதாக அர்த்தமா? நான் இன்னமும் உறுதியாகச் சொல்கிறேன். அந்தக் காட்சி மக்களுக்குப் புரியாமல், பிடிக்காமல் போயிருந்தாலும் அதுதான் சரியான காட்சி. அந்தக் கதைக்கு அதுதான் கச்சிதமான கதைசொல்லல் என்பது சத்தியம்."

“எனக்கு முன்னால் பத்து பக்கங்கள் வசனமாக வைக்கப்பட்டிருக்கிறது. இந்தப் பத்துப்பக்கங்களையும் ஒரு எழுத்தாளராக மிகவும் கவனத்தோடு படிப்படியாக எழுதியிருக்கிறேன் ...”

இரண்டு முறை மனப்பாடம் செய்ய முயற்சித்தேன். நான்கு வரிகள் சரியாகச் சொல்லி முடித்தவுடன் “அப்பாடா ... இந்த வரிகளை சரியாகச் சொல்லியாயிற்று” என்ற சிந்தனை வருகிறது. அடுத்த வரிகளையும் சரியாகச் சொல்ல வேண்டுமே என்ற பயமும் அடுத்து வருகிறது. இப்படியே ஏதாவதொரு சிந்தனை என் மூளையில் ஓடிக்கொண்டேயிருக்கிறது. அது என் முகத்திலும் பிரதிபலிக்கிறது.”

அந்தப் பத்துப்பக்க வசனங்களையும் தூக்கியெறிந்தேன். என்னுடைய உதவியாளர்களிடமும், குழுமியிருக்கிற படப்பிடிப்புக் குழுவினரிடமும் நான் சொன்னது . . . “கேமராவை ஆன் செய்து வைத்துக்கொள்ளுங்கள். எல்லாமே தயாராக இருக்கட்டும். நானும் முன்னால் எனக்கான இடத்தில் அமர்ந்துகொள்கிறேன். கேமரா ஓடட்டும், ஒரே டேக்தான் நடிப்பேன், எவ்வளவு தூரம் அந்தக் காட்சி நன்றாக வருகிறதோ இல்லையோ, எதுவானாலும் சரி. கதையை ஆரம்பித்துவிட்டு நான்கு வரிகளுக்கு மேல் என்னால் சொல்ல முடியாவிட்டாலும் நான் அப்படியே உட்கார்ந்திருப்பேன். கேமராவை நிறுத்த வேண்டாம். அப்படியே சிறிதுநேரம் இருந்துவிட்டு அக்காட்சியிலிருந்து வெளியே வந்துவிடுகிறேன்.”

“கவிதைகளைப் குறித்துச் சொல்கிறபோது எழுத்தாளனும் படிப்பவனும் கைகோர்த்துக்கொண்டு அதனை முழுமைப்படுத்த வேண்டும் என்று சொல்வதுண்டு.” *Poetry is half completed, and another half is completed by the reader.* அந்தக் கவிதைக்கு ஈடாகத்தான் என் திரைப்படங்களை வைக்கிறேன்.

“ஓநாயும் ஆட்டுக்குட்டியும் வெளியான முதல் நாள் திரையரங்க வாசலில் நின்றபொழுது படம் பார்த்து முடித்து வருகிற பார்வையாளர்கள் என்னைப் பார்த்ததும் ஓடி வந்து கட்டிப்பிடித்துக் கொண்டார்கள். அந்தக்காட்சியை என் ஆடியன்ஸ் ஏற்றுக்கொண்டதை அந்த அரவணைப்பில் உணர்ந்தேன். அங்கிருந்தே என் உதவி இயக்குநர்களைத் திரும்பிப் பார்த்துச் சொன்னேன். *“please never never under estimate audience, they are geniuses, they are collective geniuses.”*

ஒரு திரைப்படத்திற்குத் தலைப்பிடுவது குறித்துச் சொல்லும்போது ...

“ஒரு படத்தின் இருதயமாக டைட்டிலைப் பார்க்கிறேன். ஒரு படத்தின் நாகரீகத்தை அந்த டைட்டிலை வைத்து அறிந்து கொள்ள முடியும். ஒரு டைட்டில் அந்தப் படத்தின் இயக்குநரை அடையாளங் காட்டுகிறது. அப்படத்தின் திரைக்கதையைப் பற்றிச் சொல்கிறது. அந்தப் படத்தின் சன்னலாக டைட்டிலே இருக்கிறது ...”

‘ஓநாயும் ஆட்டுக்குட்டியும்’ என்கிற தலைப்பில் இருக்கிற குறியீட்டுத்தன்மை படத்தின் பல காட்சிகளை உருவாக்கிக்கொள்ள உதவியிருப்பதை நம்மால் புரிந்துகொள்ள முடிகிறது. ஓநாய் தன் குடும்பத்துடன் கல்லறையில் ஒளிந்திருக்கும் காட்சியில் போலீஸ் சுடுகிறது. அப்போது “*DOWN . . . DOWN . . . DOWN*” என்று கத்தும் மிஷ்கினின் குரல் நிஜமாலுமே ஒரு மிருகத்தின் உறுமலாகவே ஒலிக்கிறது. கிளைமேக்ஸ் “பெரிய வலைபோன்றதொரு பகுதியில் நடக்க வேண்டும் என்று முடிவு செய்துவிட்டேன்” என்கிறார் மிஷ்கின். ஆம். ஓநாய், ஆட்டுக்குட்டி, கரடி, கழுதைப்புலிகள், புலிகள் . . . என எல்லாமும் அந்த “*UNDER GROUND CAR PARKING*”இல் ஒன்றிடம் ஒன்று சிக்கிக்கொள்கின்றன.

ஓடும் ரயிலில் இருந்து டூப் போடாமல் குதித்த காட்சிபற்றிப் பேசும் இடத்தில் தன்னம்பிக்கை வசனங்களைப் பீய்ச்சியடிக்க ஒரு அரிய வாய்ப்பிருந்தது. ஆனால் மிஷ்கின் அதை பயன் படுத்திக் கொள்ளவில்லை. “துணிந்தவனுக்கு தூக்கு மேடை பஞ்சு மெத்தை ...” என்றவர் கர்ஜிக்கவில்லை.

“இரயிலிலிருந்து குதிக்கிறபோது எனக்கு தற்கொலை மனப்பான்மைதான் இருந்தது. இந்தக் காட்சியில் மட்டுமல்ல இந்தப்படம் முழுக்கவே எனக்கு தற்கொலை மனப்பான்மை இருந்தது. இந்தக் காட்சியை செய்து முடித்த பின்னர், நன்றாக செய்திருப்பதாக பாராட்டினார்கள். அதெல்லாம் ஒன்றுமே யில்லை. இந்த மனம், நன்றாக செய்ய வேண்டும் என்ற வேகம், இரயிலிலிருந்து குதிக்க வேண்டும் என்ற தைரியம், எல்லாமே தற்கொலை உணர்ச்சியிலிருந்துதான் எனக்கு கிடைத்தது.”

மனம் ஒரு எல்லையைத் தாண்டிவிட்டால் எது சாதாரணம்? எது சாகசம்?

இப்படத்தில் என்னை வெகுவாகக் கவர்ந்த காட்சி எதுவெனில், அந்த ‘*head constable*’ வில்லனின் துப்பாக்கிக்கு சல்யூட் அடித்தபடி நெடுநேரம் நின்று, பிறகு செத்து விழும் காட்சி. இந்தப் படத்தை காய்ந்தாலும் உவத்தாலும் அந்தக் காட்சி குறித்துச் சொல்லாமல் இருக்க இயலாது. விரைவில் பணி ஓய்வு பெறப் போகும் வயதில் இருக்கிறார் அந்த கான்ஸ்டபிள். அவர் வாயில் “ஐயா” என்கிற சொல்லைத் தவிர வேறு சொல்லே

இல்லை போலும். பணியில் சேர்ந்த நாள் முதல் "ஐயா" "ஐயா" என்றே சதாகாலமும் தன் உயரதிகாரிகளைப் பணிந்து வந்தவர் அவர். ஒரு துப்பாக்கி ரவை எல்லா உயரத்திற்கும் உயரமானது. எனவே அதையும் "ஐயா" என்று வணங்கி நிற்கிறார்.

திரைக்கதை எப்படி எழுதப்பட்டதோ அதே வடிவத்தில் தரப்பட்டிருக்கிறது. படமாக்கும்போது நிகழ்ந்த மாற்றங்கள், எடிட்டிங்கில் போனவை என எதுவும் கத்தரிக்கப்படவில்லை. மிஷ்கின் குறிப்புணர்த்தல்களால் கவனம் பெற்ற ஒரு கலைஞன். க்ளைமாக்ஸில் ஓநாய் ஆட்டுக்குட்டியின் கையில் முத்தமிடுவது போல எழுதியிருக்கிறார். இது குறிப்புணர்த்தலின் அழகியலுக்கு எதிராக இயங்கும் காட்சியாக இருக்கிறது. இக்காட்சி படத்தில் இடம்பெறவில்லை. ஆனால் திரைக்கதைப் புத்தகத்தில் இருக்கிறது. இவ்வரியை தன் புகழுக்கு இழுக்கு என்று அவர் கருதியதாகத் தெரியவில்லை. நீயாக இருந்தால் என்ன செய்திருப்பாய் தம்பி? என்று என்னை நானே கேட்டுக்கொண்டேன். சந்தேகமென்ன ... தம்பி கவனமாக கத்தரித்து எரிந்திருப்பான். தன்னை யானை என்று அவர் கருதிக்கொள்ளவில்லை எனவே அடி சறுக்கியதை மறைக்கவுமில்லை.

இப்புத்தகத்தின் குறையென்று சொன்னால் ஒன்றைச் சொல்லலாம். அது இந்தப் புத்தகத்திற்கேயான தனித்த குறைகூட அல்ல. பொதுவாகவே "உரைசொல்லலின்" குறைதான் அது. ஒரு ரசிகராக நாம் நமது சிந்தைனையிலிருந்து, நமது ரசனையிலிருந்து தான் காட்சிகளை உருவாக்கிக்கொள்கிறோம். இந்தப் புத்தகம் இயல்பாகவே அந்த உருவாக்கங்களின் மீது குறுக்கீடு செய்கிறது. ஆனால் நான் பேசியதுதான் பேச்சு ... புதிதாக நீங்கள் வேறு எதுவும் பேசிவிடக்கூடாது என்று கட்டளையிடுவதில்லை. இடவும் முடியாது. மிஷ்கினின் விளக்கத்தை விடுத்து நாம் நமது சினிமாவை இதில் உருவாக்கிக்கொள்ள விரும்பினால் அதற்குத் தடையேதுமில்லை.

மிஷ்கின் க்ளைமாக்ஸில் நிராதரவாக நிற்கும் அந்தச் சிறுமியின் காலில் விழும் காட்சி ...

"அந்தக் குழந்தையின் காலில் விழுகிறபொழுது, கேமராவானது குழந்தைக்கு பின்னால் வைக்கப்பட்டிருக்கும். குழந்தைக்கு பின்னால் யார்? அது ஆடியன்ஸ். சொல்லப்போனால் நான் ஆடியன்ஸ் காலிலும் விழுகிறேன். அதற்குக் காரணமாக என் நண்பர் ஒருவர் அழகான விளக்கம் அளித்தார் ...

"'ஓநாயும் ஆட்டுக்குட்டியும்' என்ற நல்ல படத்தை எடுக்கத் தெரிந்த மிஷ்கின், தப்பான படமாக இதற்கு முன் 'முகமூடி'

எடுத்ததற்காக மக்கள் காலில் விழுகிறார்" என்று சொன்னார். இந்தப் பார்வையையும் ஒத்துக்கொள்கிறேன்.

எல்லாவற்றையும் தாண்டி நல்ல சினிமாவைக் காதலிப்பவர்களுக்கும், கற்றுக்கொள்ள விரும்புபவர்களுக்கும் இந்தப் புத்தகம் ஒரு 'நல்வரவு' என்றே சொல்ல வேண்டும்.

சிவாஜி நடித்த 'திருவருட்செல்வர்' படத்தின் இறுதிக்காட்சி... திருநாவுக்கரசர் முதுமையின் வாயில் விழுந்துவிடுவார். நடக்க முடியாமல் தவழ்ந்து செல்லும் அளவுக்குத் தளர்ந்துவிடுவார். இந்தக் கோலத்தில் திருக்காளத்தி கோவிலுக்கு வேறு கிளம்பி விடுவார். தரிசனம் முடித்து எதிர்ப்படும் அடியார் ஒருவர் கேட்பார்...

"ஐயா... நடக்க முடியாமல் ஊர்ந்து செல்லும் அளவிற்கு உடலில் வலுவிழந்துவிட்ட தாங்கள் இவ்வளவு சிரமத்தோடு எங்கு செல்கிறீர்கள்?"

"திருக்காளத்திக்கு... அவ்வூர் கோவிலில் குடிகொண்டிருக்கும் காளத்தியப்பரைத் தரிசிக்கச் செல்கிறேன்."

"திருக்காளத்திக்கா..? தாங்களா? இன்னும் இருபது காத தூரமிருக்கிறதே..? இப்போதே பலவீனமாகக் காணப்படும் தாங்கள் எப்போது அங்கு போய்சேரப்போகிறீர்கள்? அது வரை தங்கள் உடலில் உயிர் இருக்குமா? பேசாமல் வந்த வழியே திரும்பிச் சென்றுவிடுங்கள்..."

இதற்கு அப்பர் உறுதியாக மறுத்துவிடுவார்.

"என்னையாளும் காளத்தியப்பரை கண்ணாரக் காணாமல் மாளும் இவ்வுடல் கொண்டு எந்த இடத்திற்கும் மீளேன்..." என்று சொல்லிவிடுவார்.

வேறு வழியின்றி அடியார் இப்படி விடை தருவார்.

"சரி. உங்கள் மனவலிமை உங்களைக் காப்பாற்றட்டும். பத்திரமாகப் போய்வாருங்கள்."

நானும் மிஷ்கினிடம் இதைப் போன்றே சொல்ல விரும்புகிறேன்.

"சரி... உங்கள் நேர்மை உங்களைக் காப்பாற்றட்டும். பத்திரமாகப் போய்வாருங்கள்."

அம்ருதா, ஜூலை 2016

10

மஹாகவி என்கிற பாரதி என்கிற சுப்பிரமணியன்

ஆ.இரா. வேங்கடாசலபதியின் 'எழுக, நீ புலவன்!'

இது ஒரு ஆய்வு நூல். இதுவரை நான் என் வாழ்வில் பொறுப்பாக எதையுமே ஆராய்ந்ததில்லை. கண்ணிடுக்கி ஆராய்ந்த போதெல்லாம் விரும்பத்தகாத, அதிர்ச்சியூட்டும் முடிவுகளே எனக்குக் கிடைத்தன. அவை என் குளிர்தருவை ஒட்ட வெட்டி, மொட்டை வெய்யிலில் என்னை நிறுத்திவைத்தன. எனவே நான் எதையும் ரொம்ப கிட்டத்தில் போய்ப் பார்ப்பதில்லை. குறைந்தபட்சம் பத்து மீட்டர் இடைவெளியில் பயணிப்பதென்பது விபத்துக்களைத் தவிர்க்க உதவும் என்பது என் எண்ணம். 'கார்குழல்' என்பது ஒரு சௌகர்யம். 'ஈறும் பேனும்' என்பது எவ்வளவுதான் உண்மையாக இருந்தாலும்கூட அசௌகர்யம் தானே? 'ரஸக் குறைவும்' கூட. ஆனால் சலபதிக்குக் கார்குழலில் 'மட்டும்' மயங்கித் ததும்பும் பாக்கியமில்லை. அவர் ஈறையும் பேனையும் கண்டாக வேண்டும். இப்பிறப்பில் அவர் விதி அப்படி!

தகவல்கள், அதன்வழி பெறப்படும் அறிவு, அவ்வறிவின் துணையோடு நடத்தப்படும் தர்க்கங்கள் ஆகியவற்றில் ஒரு கவிஞனாக எனக்குப் பெரிய அக்கறை இல்லை. கவிதை முட்டாள்தனத்தில்தான் சுவாரஸ்யம் கொள்கிறது, உச்சமடைகிறது என்பது என் எண்ணம்.

> நோய் நாடி நோய் முதல்நாடி அது தணிக்கும்
> வாய்நாடி வாய்ப்பச் செயல்.

என்கிற அறிவு கவிதை ஆவதில்லை. இப்பாடலை வேறு வேறு விசயங்களுக்கும் பொருத்திப் பார்த்து நாம் பெருமிதம் கொள்ளலாமே ஒழிய இப்பாடல் ஒருக்காலும் கவிதை ஆவதில்லை. மாறாக,

> வித்தும் இடல் வேண்டும் கொல்லோ/ விருந்தோம்பி
> மிச்சில் மிசைவான் புலம்.

(வந்த விருந்தினர்களை நல்ல முறையில் உபசரித்து அவர்களை உண்ணவைத்துப் பின் மிச்சமிருப்பதை உண்பவனின் நிலத்திற்கு வித்தும் இட வேண்டுமோ? அனைத்தும் தானே விளைந்துவிடாதோ!)

என்கிற முட்டாள்தனம் கவிதை ஆகிவிடுகிறது.

மானுடர் உழா விடினும், வித்து நடா விடினும், அன்றி நீர் பாய்ச்சா விடினும், அன்பு மட்டும் செய்தால் போதும் மண்மீது நெற்கள், புற்கள் வகைவகையாய் மலிந்துவிடும் என்று பாரதி நமக்கு உறுதி அளிக்கையில், பெருக்கெடுக்கும் கண்ணீர், பேரன்பின் முட்டாள்தனத்திலிருந்தே வருகிறது. முட்டாள் தனம் என்கிற சொல் உங்களைத் துன்புறுத்தினால் அதீதம், கற்பனை, தரிசனம் என்று உங்களுக்கு உகந்த கலைச்சொல்லை நீங்கள் பயன்படுத்திக்கொள்ளலாம்.

கவிதை மண்ணோடே கட்டிப் புரண்டாலும் அது ஒரு வித 'பறத்தலில்' தான் உயிர்கொள்கிறது. ஆய்வோ இன்னும் இன்னும் என ஆழக்குழி தோண்டி இறங்குகிறது. ஆனால் அப்படி இறங்குவதன் மூலம் ஒரு ஆய்வாளன் கண்டெடுத்து அளிக்கும் பொக்கிஷங்கள் ஏராளம். எனவே ஒரு கவிஞன் ஒரு ஆய்வாளனைத் தாராளமாக அன்பு செய்யலாம் என்பதே என் எண்ணம்.

> காலமெலாம் புலவர் வாயில் / துதி அறிவாய் / அவர்
> நெஞ்சின் வாழ்த்தறிவாய் / இறப்பின்றித் துலங்குவாயே

என்றல்லவா பாரதியும் உ.வே.சாவை வாழ்த்துகிறான்.

பாரதி கஞ்சா புகைத்துவிட்டு ஒரு யானையிடம் போய் "நீ காட்டுக்கு ராஜா... நான் கவிக்கு ராஜா..." என்று சொல்ல, மதம் பிடித்திருந்த அந்த யானை பாரதியை மிதித்துக் கொன்று விட்டது" என்று ஒருவர் என் பிள்ளைப் பிராயத்தில் ஒரு கதை சொன்னார். அதுகேட்டு நெக்குருகிப் போனேன். "காட்டுக்கு ராஜா சிங்கமன்றோ..?" என்று நான் திருப்பிக் கேட்கவில்லை.

இதே கதையைச் செம்மையாக்கி இன்னொருவர் சொன்னார்... "பாரதி மிருக்காட்சி சாலையொன்றில் சிங்கத்தின் கூண்டைப் பற்றியவாறு கர்ஜித்தது தான்... 'நீ காட்டுக்கு ராஜா. நான் கவிக்கு ராஜா.'" பாரதியைப் பற்றி யார் என்ன சொன்னாலும் நெக்குருகத் தயார் நிலையில் இருந்ததால் இதற்கும் நெக்குருகிப் போனேன். இப்படியாகப் பாரதியின் மீது சுற்றிக் கட்டப்படும் கதைகள் ஏராளம். இங்கு நாம் கவனிக்க வேண்டியது எவ்வளவு பயங்கரமான கதைகளையும் தாங்க வல்லதாய் அவன் ஆகிருதி இருக்கிறது என்பதை. நான் மேல்நிலை வகுப்பில் தேறிய உண்மையைக்கூட என் அப்பா நம்ப மறுத்துவிட்டார். ஒரு நண்பனின் வாயால் அதை உறுதிப்படுத்திக் காட்ட வேண்டி இருந்தது. பாரதியைப் பற்றிய கதைகள் ஏராளம் என்பதாலேயே அவனைப் பற்றிய ஆய்வுகள் முக்கியத்துவம் பெறுகின்றன.

இந்தப் புத்தகத்தை ஒரு விதத்தில் பாரதியை மானுடனாக்கும் முயற்சி எனலாம். அர்ச்சனைப் பூக்கள், ஆராதனைத் தட்டுக்களை யெல்லாம் புறந்தள்ளிவிட்டு பாரதி என்கிற மானுடனை உள்ளது உள்ளபடி காண முயன்றிருக்கிறார் சலபதி. அவன் சிந்தனையில் நேர்ந்த பிழைகள், போதாமைகள், தவிர்க்க இயலாத சமரசங்கள் போன்றவற்றைத் தக்க சான்றுகளுடனும், தர்க்க ஒழுங்குடனும் நிறுவியிருக்கிறார். கூடவே பாரதியைப் பற்றி இதுவரை அறியப்படாத தகவல்களையும் சான்றுகளுடனும், சுவாரஸ்யத்துடனும் சொல்லிச்செல்கிறார். பாரதியிடம் தான் காணும் குறைகளை, போதாமைகளை நிர்தாட்சண்யமாக சொல்லும்போதும் அவர் ஒரு 'பாரதி அன்பராகவே' இருக்கிறார் என்பதில், இன்னொரு 'பாரதி அன்பரான' எனக்கு மகிழ்ச்சி. ஒழித்துக்கட்டலின் விரோத பாவத்துடன் இக்கட்டுரைகள் எழுதப்படவில்லை. "உண்மை நின்றிட வேண்டும்" என்பதைத் தவிர சலபதிக்கு வேறு நோக்கங்கள் இல்லை என்று நம்பலாம்.

நம் ஆதர்ஷ நாயகர்கள் ஏதோ ஒரு கட்டத்தில் கடவுளாகி விடுகிறார்கள். அவர்களின் பளிங்குச் சிலையில் சிறு கீறலையும் நம்மால் பொறுக்க முடிவதில்லை. பாரதி எனும் பளிங்குச் சிலையில் விழுந்த கீறல்களைக் குறித்துப் பேசுவதாலேயே 'பாரதி எழுதத் தவறிய எட்டயபுர வரலாறு' என்கிற கட்டுரை என்னைப் பெரிதும் ஈர்த்தது. மிகவும் சுவையான கட்டுரை இது. ஆம்... ஆகக் கொடூரமான அவலச்சுவை.

இன்று நமக்கு கிடைக்கப் பெறும் பாரதியின் முதல் படைப்பு கல்வி கற்க உதவிகேட்டுத் தனது இளம் வயதில் எட்டயபுரம் ஜமீனுக்கு அவன் எழுதியதே என்பதை அறிவோம். பிறகு அவன் தன் வாழ்வின் அந்திமக் காலத்திலும் மேலும்

மூன்றுமுறை ஜமீனுக்கு எழுதியிருக்கிறான். இளவயதில் அவன் எழுதிய கடிதத்திற்குப் பெரிதாக முக்கியத்துவம் இல்லை. ஆனால் ஒரு விடுதலை இயக்கத்தின் மகாகவியாகத் திகழ்ந்த பிறகு, வாழ வேறுவழியின்றி எட்டயபுரம் திரும்பி அவன் எழுதிய சீட்டுக்கவிகளும், காணச் சகியாத ஒரு கடிதத்திற்கும் எதிர்மறையான முக்கியத்துவங்கள் உண்டு. இக்கட்டுரை இச்சம்பவங்களை விரிவாக ஆய்கிறது.

உதவிகேட்டுத் தான் எழுதிய இரண்டு கவிதைகளுக்கும் பதில் வராதது கண்டு உரைநடைக்கு மாறுகிறார் மகாகவி. 'வம்சமணி தீபிகை' என்பது எட்டயபுரத்து ராஜவம்சத்தின் வரலாற்றைச் சொல்லும் நூல். இது கொச்சையான தமிழில் இருப்பதாகவும், தான் அதை இனிய, தெளிந்த தமிழில் புதுக்கித் தருவதாகவும் கேட்டு விண்ணப்பிக்கிறான். அதாவது "'ஓசிப்பணம்' வேண்டாமப்பா ... வேலை செய்து தருகிறேன். கூலி கொடு" என்று கேட்கிறான். இந்த 'வம்சமணி தீபிகை' எதைப் பேசுகிறது என்பதுதான் இந்தத் துயர நாடகத்தின் உச்சம். இது எட்டப்பன் கும்பினிப் படைகளோடு சேர்ந்துகொண்டு கட்டபொம்மன், ஊமைத்துரை போன்ற பாளையக்காரர்களை அழித்தொழித்த 'வீரவரலாற்றை' பிரதானமாகப் பேசுகிறது. கட்டபொம்மனை ஓடஓட விரட்டியடித்தற்காய் வெள்ளை அரசிடம் பெற்ற வெகுமானங்களைப் பெருமையுடன் பட்டியல் இடுகிறது. நல்லூழாக ஜமீன் இக்கடிதத்திற்கும் பதில் தரவில்லை. எனவே வரலாற்றில் நமது மகாகவி மகாகவியாகவே மீசை முறுக்குக்குப் பங்கமின்றி வாழ்ந்துவருகிறார். பாரதி எழுதிய கடிதத்தை முழுக்க தந்திருக்கிறார் சலபதி. அதில் ரொம்பவும் கலங்கடிக்கும் வாக்கியம் அதன் பின்குறிப்பு.

"குறிப்பு: நான் இவ்வூரிலேயே ஸ்திரமாக வசிப்பேன். கைம்மாறு விஷயம் ஸ்நிதானத்தின் உத்தரவுப்படி."

அதாவது "நீங்களா பார்த்து எதாவது போட்டுக் கொடுங்க..." என்பதுதான் "கைம்மாறு விஷயம் ஸ்நிதானத்தின் உத்தரவுப்படி" என்பதன் பொருள். எவ்வளவு கசந்தாலும் அதுவே உண்மை. மகாகவியைத் திரும்பவும் பின்னோக்கி இழுத்துவந்து சுப்பிரமணியனாக்கி வேடிக்கை காட்டியிருக்கிறது காலம்.

முதலில் இந்த வயிற்றுக்குள் கொஞ்சம் சோற்றைக் கொட்ட வேண்டும் அல்லவா? பிறகு தானே சுருண்டு படுக்காமல் எழுந்து அமர முடியும். பிறகு தானே கை நடுங்காமல் எழுதுகோல் ஏந்த முடியும். பிறகுதானே எழுத முடியும் . . . "உச்சிமீது வானிடிந்து வீழுகின்ற போதினும் அச்சமில்லை அச்சமில்லை அச்சமென்பதில்லையே!"

"மூன்று லட்ச ரூபாய்களைக் கொடுத்து, அழகான வீட்டில் உட்காரவைத்து, ஐந்து ஆட்களை அமர்த்தி, நூலாக எழுதித் தள்ளு என்றல்லவா சொல்லியிருக்க வேண்டும் பாரதியிடம்" என்கிறார் பாரதிதாசன். ஆனால் அப்படிச் செய்யத்தான் யாருமில்லை. ஜமீனிடமிருந்து எந்தப் பதிலும் வராத நிலையில் மீண்டும் சென்னை திரும்பி அடுத்த இரண்டாண்டுகளுக்குள் அவன் இறந்தும் போகிறான். 'அன்புடையார் இன்புற்று வாழ்தல் இயல்பு' என்று எழுதியவன் துன்புற்று மாண்டான்.

கனக்கும் செல்வம், நூறு வயது
இவையும் தர நீ கடவாயே

என்றவன் விண்ணப்பித்த விநாயகப் பெருமானின் திருச்செவி செவிடுதான் போலும்?

ஓர் ஆய்வாளனைப் பொறுத்தமட்டில், அவன் புதிதாகக் கண்டு சொல்லும் ஒன்றை சான்றுகளுடனும் தர்க்கத் திறனுடனும் நிறுவ வேண்டும். அப்படி நிறுவிவிட்டால் அது அவன் வெற்றியாகவே கொள்ளப்படும். ஆனால் சலபதி இக்கட்டுரையை அந்த வெற்றிக் கொண்டாட்டத்தின் மனோநிலையில் எழுதவில்லை. மாறாக பாரதி மீதான மிகுந்த கரிசனத்துடன், துயரார்ந்த சொற்களைக் கொண்டே எழுதிச் செல்கிறார். ஒரு புனைகதையாளனின் பாங்கில், விசேஷ கவனத்துடன், உருகிஉருகி எழுதப்பட்ட கட்டுரை என்று இதைச் சொல்வேன். உண்மையில் இக்கட்டுரையைக் குறித்து மட்டும் ஒரு தனிக்கட்டுரை எழுதலாம். நடக்கக் கூடாதது நடந்துவிட்டது. சொல்லக் கூடாததுதான். ஆனாலும் ஓர் ஆய்வாளன் சொல்லியாக வேண்டுமல்லவா?

நமக்குத் தொழில் கவிதை என்று எழுதியவன் வறுமையுற்றதை அக்கால கட்டத்தின் பதிப்புச் சூழல், வாசகத் தன்மை ஆகியவற்றின் பின்னணியில் ஆய்கிறார் ஆசிரியர். பாரதி எழுதவந்த காலத்தில் 'புரவலர் மரபு' கிட்டத்தட்ட முடிவுக்கு வந்துவிட்டதைச் சொல்கிறார் ...

"1880கள் தொடங்கி ஒரு கால் நூற்றாண்டுக் காலம் பிரபுக்கள், சமய மடங்கள் உதவியோடு தமிழ்ப் பதிப்புப் பணியில் முனைப்புடன் செயல்பட்ட உ.வே.சா 1906இல் அரசாங்கத்தின் பொருள் ஆதரவை வேண்டி விண்ணப்பிக்க வேண்டியவரானார்."

(பக். 116)

பாரதியின் 'கண்ணன் பாட்டுக்கு' முன்னுரை எழுதிய வ.வே.சு. ஐயர் இப்படிச் சொல்கிறார் ...

"முன்காலத்தில் ஆசிரியர்களுக்கு அரசர்கள் ஏராளமான பொருள் உதவி செய்து, அவர்கள் மனதைச் சிறிய விசாரங்கள் பீடிக்காமல் காத்து வந்து, அவர்களுடைய ஆற்றல் நாளுக்கு நாள் அதிகரிக்கும்படி செய்துவந்தார்கள். தற்காலத்தில் கல்வியபிமானமுள்ள பொது ஜனங்கள்தான் அக்காலத்து அரசரின் ஸ்தானத்தை வகிக்கிறார்கள். இவர்கள் தங்கள் அபிமானத்தை விலையைப் பொருட்படுத்தாமல் நூல்களின் யோக்கியதையைக் கருதி ஆதரித்துத்தான் காட்ட முடியும்..."

"இப்போது உலக முழுவதிலுமே ராஜாக்களையும் பிரபுக்களையும் நம்பி வித்தை பழகும் காலம் போய்விட்டது. பொதுஜனங்களை நம்ப வேண்டும். இனிமேல் கலைகளுக் கெல்லாம் போஷணையும் ஆதரவும் பொது ஜனங்களிடமிருந்து கிடைக்கும்... ஊர்தான் ராஜா..." என்று எழுதிய பாரதியைப் பொதுஜனங்களால் காப்பாற்றக்கூடவில்லை. ஜமீனை நம்பி, புரவலர்களை நம்பி மனம் கசந்து கடைசியில் தன் நூல்களைத் தானே வெளியிடத் திட்டமிட்டான். தன் திட்டப்படி வாசகர்கள் ஒவ்வொருவரிடமும் தலா நூறு ரூபாய் கடன் கேட்டான். அதற்கு 24 விழுக்காடு வட்டியும் தருவதாகச் சொன்னான். அப்போதும் யாரும் பணம் அனுப்பியதாகத் தெரியவில்லை. ஆனால் அவன் 'வாய்க்கொழுப்பு'க்கு மட்டும் குறைவில்லை...

"ஸ்ரீமான் சுப்பிரமணிய பாரதியாருக்கு தமிழ்நாட்டில் நிகரற்றுயர்ந்த கீர்த்தி ஏற்பட்டிருக்கிறது. இவர் நூல்களை வாங்காமல் ஜனங்கள் வேறு யாருடைய நூல்களை வாங்கப் போகிறார்கள். இந்த நூல்கள் மிகவும் நீண்டபட்சம் 2 வருஷங்களில் விலையாகிவிடும். அதற்குள்ளேயே இரண்டாம் பதிப்புகளும் புதிய நூல்களுக்கும் வேண்டுதல் ஏற்படுமென்பது மிகவும் நிச்சயம்."

தன் புத்தகங்கள் "மண்ணெண்ணெய் தீப்பெட்டிகளைக் காட்டிலும் அதிக ஸாதாரணமாகவும், அதிக விரைவாகவும் விலைபட்டுப் போகும் . . ." என்றவன் நம்பினான். மகாகவிகளின் புத்தியிலும் மடமை உண்டு என்பதை நம் மக்கள் நிருபித்துக் காட்டினர்.

தமிழ் இதழியலில் கருத்துப்படங்கள் வெளியிட்டதில் பாரதியே முன்னோடி. மேலும், பத்தி எழுத்து என்கிற வகைமைக்கும், சுயசரிதை எழுத்திற்கும் அவனே முன்னோடி என்பதை இந்நூலில் சுட்டிக்காட்டுகிறார் சலபதி. தற்போதைய 'முன் வெளியீட்டுத் திட்டங்களின்' மூல வடிவுக்கும் அவனே முன்னோடி என்பது நமக்கு பெருமை தரும் வரலாறாக இல்லை.

சலபதியின் எழுத்து நடை சுவாரஸ்யமானதாகவே உள்ளது. 'ஆய்வு' என்கிற சொல்லின் மேல் படர்ந்திருப்பதாக சொல்லப்படும் தூசியும் சலிப்பும் இவரது நடையில் இல்லை. பக்கத்திற்குப்பக்கம் அரிய தகவல்கள், சுவாரஸ்யமான குறிப்புகள் என்பதாகவே நூல் நகர்கிறது. ஊளைச் சதைகள் ஏதுமின்றி இழுத்துக் கட்டப்பட்ட கச்சிதமான நடையையே இவர் கைக்கொள்கிறார். எனினும் இந்த இழுத்துக் கட்டலில் அரிதாக நமக்கு மூச்சுத்தவிப்பும் ஏற்படவே செய்கிறது. நாம் ஒரு முறை நன்றாக மூச்சை இழுத்து விட்டுவிட்டுத் திரும்பவும் அப்பகுதியை வாசிக்க வேண்டி இருக்கிறது.

மகாகவிகள் என்கிற அடிப்படையில் தாகூர், பாரதி இருவரையும் ஒப்பிட்டுப் பேசுவது இங்கு நடந்துகொண்டேதான் இருக்கிறது. அப்படி ஒப்பிடும் போதெல்லாம் சொல்லப்படும் ஒரு கதை. தாகூரின் மேல் பாரதிக்குப் பொறாமை இருந்தது என்பது. பாரதி என்றொரு கவிஞன் இருப்பதாகவே தாகூர் கண்டுகொள்ளாத போதும், பாரதி எவ்விதம் தாகூரை வியந்து வியந்து போற்றினான் என்பதை விளக்கிவிட்டு ஒரு சாபம் இடுகிறார் சலபதி ...

தன் சமகாலக் கவிஞனை இந்த அளவுக்கு வஞ்சனையின்றிப் பகையின்றிச் சூதின்றிப் புகழ்ந்த இன்னொரு கவிஞன் வேறு எவனும் இருந்திருக்க மாட்டான். அதுவும் தன் வாழ்நாளில் தான் துய்த்தறியாத புகழை இன்னொரு கவிஞன் அடைந்ததை நிபந்தனையின்றிப் பாராட்ட எவ்வளவு பரந்த மனமும் பெருங்கண்ணோட்டமும் இருந்திருக்க வேண்டும்.

"தாகூரின் மேல் பாரதி பொறாமை கொண்டிருந்தான் என்னும் அற்பர்கள் நரகத்தில் உழல்க!"

இக்கட்டுரையின் துவக்கத்தில் தாகூருக்குக் கிட்டியவற்றையும், பாரதிக்குக் கிட்டாதவற்றையும் பட்டியலிடுகிறார் சலபதி. அந்த நீண்ட பத்தியை வாசித்து முடிக்கும்போது பாரதிக்குப் பொறாமையே இருந்திருந்தாலும் அது நியாயம் என்றே எனக்குப் பட்டது. அது இயல்பென்றே தோன்றியது. ஆனாலும், ஒரு மொழிபெயர்ப்பாளனாக தாகூரின் படைப்புகளில் பாரதி நிகழ்த்திய குறுக்கீடுகள், செய்த பிழைகள் ஆகியவற்றையும் குறிப்பிடத் தவறவில்லை கட்டுரை.

'எழுக, நீ புலவன்' என்கிற தலைப்பை கருத்தில்கொண்டு இக்கட்டுரை பாரதி – பாரதிதாசன் உறவைப் பற்றிய விரிவான சித்திரங்களோடு இருக்கும் என்று நான் எதிர்பார்த்தேன். ஆனால்

கட்டுரை பாரதி – பாரதிதாசன் முதற் சந்திப்பு நிகழ்ந்தது எப்போது என்கிற கேள்விக்கே அதிகமும் முகம் கொடுக்கிறது. இது தனிப்பட்ட முறையில் எனக்கு ஏமாற்றமாகவே இருந்தாலும் இக்கட்டுரையில் இருந்து ஒரு சுவாரஸ்யமான விஷயம் கிடைத்தது. நாற்பதுகளில் கூட தலைப்பிடுவதற்கு "மகுடமிடுவது" என்கிற சொல் புழக்கத்தில் இருந்திருக்கிறது. அந்தச் சொல்லே அதன் முக்கியத்துவத்தை உணர்த்திவிடுகிறதல்லவா?

எனக்கு மிகவும் பிடித்த சமகால ஊடகவியலாளர்களில் ஒருவர் ஜென்ராம். அவர் தன் நிகழ்ச்சிகளில் ஒரு நகைச்சுவையைச் சொல்வதற்கு முன்னால் கொலை பாதகம் செய்யப் போகும் குறுகுறுப்புடன், மன்னிப்பெல்லாம் கேட்டுவிட்டுத்தான் அந்த நகைச்சுவையைச் சொல்வார். அதாவது நன்றாக ஆற வைத்துத்தான் பரிமாறுவார். 'நகை' அவ்வளவு அபாயமானதா? நகைச்சுவை தீவிரத்திற்கு எதிரானது என்று நம் மூளையில் எங்கோ பதிந்துகிடக்கிறது. ஒரு நல்ல நகைச்சுவையால் தீவிரத்தை மேலும் தீவிரமாக்கவும் முடியும் என்பதை நாம் நம்ப வேண்டும். "நெஞ்சில் கனல் மணக்கும் பூக்களை" ஏந்தியிருந்த அதே பாரதி தான், தமிழ் இதழியலில் கேலிச்சித்திரங்களின் முன்னோடியாகவும் திகழ்ந்திருக்கிறான்.

பாரதியின் கவிதைகளில் நகை குறைவுதான். ஆனால் அவனது கட்டுரைகளில் வயிற்றைப் பதம் பார்க்கும் நகைச்சுவைகள் உண்டு. குறிப்பாக அவனது சுயசரிதையாகக் கருதப்படும் 'சின்னசங்கரன் கதை' முழுக்கப் பகடி மொழியிலேயே இயங்குகிறது. ஊரைக் கேலி செய்வதோடு நில்லாமல் பாரதி தன்னையும் கேலி செய்துகொள்கிறான். சலபதி 'சின்னசங்கரன் கதை' பற்றி ஆர்வத்தோடு நிறையவே எழுதியிருக்கிறார்.

'சின்னசங்கரன் கதை' பற்றி வ.ரா சொல்வது ...

"சிரித்துச் சிரித்து வயிறு அறுந்து போவது மாதிரி இருக்கும். சிரிப்பினால் குடல் ஏற்றம் ஏற்பட்டு விடுமோ என்று பலகாலம் பயந்ததுண்டு. படீர், படீர் என்று வெடிக்கும் ஹாஸ்யமும், அந்தக் கதையில் நிறைந்து கிடந்தது. கிண்டல் என்றால் சாதாரணத் தெருக்காட்டுக் கிண்டலா? நமது ஜனங்கள் இப்படியும் வாழத் தகுமோ என்ற துக்கம் தோய்ந்த கிண்டலாகத்தான் நாங்கள் அந்தப் புத்தகத்தில் கண்டோம்."

"பாரதி அங்கம் வகித்த இந்திய தேசியம் பெரிதும் இந்து சமயம் சார்ந்ததாக இருந்தது என்பதும் இன்று பெரிதும் நிறுவப்பட்டு விட்டது. பாரதியின் சொல்லாடலில்

இந்து சமயக் கூறுகள் மேலோங்கி இருந்தன என்பதும் உண்மை. சுதேசி இயக்கக் காலத்தில் (1905–1911) அவன் எழுதிய தேசியப் பாடல்கள் இதற்குச் சான்று. அவ்வகையில் அவனது சொல்லாடல் பிற சமயங்களைப் புறக்கணித்தது என்றும் கூறலாம்" என்று எழுதியிருக்கிறார் ஆசிரியர்.

(பாரதியும் மொழியின் நவீனமயமாக்கமும்)

பாரதியிடம் படைப்புகளில் இந்து மதக்கூறுகள் அதிகம் என்பது உண்மைதான். "சிவாஜி தன் சைநியத்தாருக்கு கூறியது" கவிதையில் முகமதியர்களைக் குறித்த வசைகள் உண்டுதான். ஆனால் சிவாஜி தன் சைநியத்தாருக்கு அப்படித்தான் கூற முடியும் என்பதை நாம் மறுக்க இயலாது. அப்படித்தான் கூற முடியும் எனும்போது, மதவாதப் பிரிவினைகளுக்கு வாய்ப்பிருக்கும் காலத்தில் பாரதி ஏன் அதை எழுதினான் என்று வேண்டுமானால் நாம் கேள்வி எழுப்பலாம். ஒரு பகுதிக்கு மேல் இப்பாடல் வெளியாகவில்லை என்பதாகவும் எனக்கு ஒரு நினைவு. மேலும் பாரதி பிறமதக் கடவுளரை சேர்த்துக்கொண்டு எழுதிய பாடல்களும் அளவிற் குறைவெனினும் உண்டுதான்.

இந்திரன் வச்சிரமோர்பால் – அதில்
எங்கள் துருக்கர் இளம்பிறை ஓர்பால்...

('மாதாவின் துவஜம்')

என்றும்,

தாயே, நின் தன் பண்டைத் தநயராம்
மாயக் கண்ணன், புத்தன், வலிய சீர்
இராமனும், ஆங்கு ஒரு மஹமதும் இணை உற்ற
விராவு புகழ் வீரரை வேண்டுதும் இந்நாள்!

('இந்தியாவின் அழைப்பு')

என்றும்,

பாடியதற்கு எந்த அர்த்தமும் முக்கியத்துவமும் கிடையாதா என்கிற கேள்வியை எழுப்பாமல் இருக்க இயலவில்லை. பண்டைத் தனயனாகப் மாயக் கண்ணனைப் பார்க்கும்போதும், மஹமதுவை இணைத்துக்கொண்டதை பொருட்படுத்தவே தேவையில்லையா? 'முகமதி நபிக்கு மறையருள் புரிந்தோனையும்' சேர்த்துத்தானே 'புதிய ஆத்திசூடிக்கு' கடவுள் வாழ்த்து பாடுகிறான் பாரதி.

எந்த இந்துமதத்தின் கூறுகளை அதிகம் பயன்படுத்தியதாக சலபதி சொல்கிறாரோ அதே இந்து மதப்புராணங்கள் வெறும் கற்பனைகள் என்று அவன் தெளிவாகக் குறிப்பிட்டதை மறந்துவிட முடியுமா?

*கடலினைத் தாவும் குரங்கும் / வெம்கனலில் பிறந்தோர்
செவ்விதழ்ப் பெண்ணும் /வடமலை தாழ்ந்ததனாலே – தெற்கில்
வந்து சமன் செயும் குட்டை முனியும் /*

*நதியின் உள்ளே முழுகிப் போய் / அந்த நாகர் உலகில் ஓர்
பாம்பின் மகளை/*

*விதி உறவே மணம் செய்த / திறல் வீமனும் / கற்பனை
என்பது கண்டோம்/*

*. . . நன்று புராணங்கள் செய்தார் / அதில் நல்ல கவிதை
பலபல தந்தார்/*

*கவிதை மிக நல்லதேனும் / அக்கதைகள் பொய் என்று
தெளிவுறக் கண்டோம்..*

என்கிற பாடலை நாம் எங்கு வைத்து, எப்படி நோக்குவது?

ஆனால் இக்கட்டுரையில் சலபதி குறிப்பிடும் இன்னொரு அம்சத்தோடு முழுக்க உடன்படுகிறேன். "யாமறிந்த மொழிகளிலே தமிழ் மொழி போல் இனிதாவது எங்கும் காணோம்" என்று பாடிய பாரதியிடம் வடமொழி மீதான காதல் இருக்கவே செய்கிறது. வ.வே.சு. ஐயரிடமோ 'கட்டற்ற காமம்' வழிந்தோடுகிறது. இவரது கம்பராமாயணக் கட்டுரைகளைப் படிக்கப் புகுந்த போது ஆகக்கொடூரமான வடமொழிப் பயன்பாடுகளைக் காணமுடிந்தது. அவை நிம்மதியாகக் கம்பரசம் பருகவிடாமல் அடிக்கடி கைகளைத் தட்டிவிட்டன.

ஓர் ஆய்வாளன் தண்ணீர் வந்தவுடன் தோண்டுவதை நிறுத்திக்கொள்ள வேண்டும். மேலும்மேலும் தோண்டினால் 'பாதாள லோகம்' வந்துவிடும். பாதாள லோகத்தின் நியதிகள் வேறு. சலபதி பாரதியின் கருத்துப்படங்கள் விசயத்தில் சற்று அதிகமாகவே ஆராய்ந்துவிட்டதாக எனக்குத் தோன்றுகிறது.

"பாரதியின் கருத்துப் படங்கள் வகைமாதிரிகளைச் சீராகக் கையாளுகின்றன. இந்துக்கள், இஸ்லாமியர், கிறித்தவர், பார்சிகள் என எளிதில் இனம்காணும் வண்ணம் இச்சமூகத்தவர் சித்திரிக்கப் பட்டுள்ளனர். இஸ்லாமியர் எப்பொழுதும் தாடியுடனும் குல்லாவுடனும் காட்சி தருகின்றனர். இஸ்லாமியர்கள் மத அடிப்படைவாதிகளாகப் பொதுப்புத்தியில் பதிவதற்கு இவ்வகை சித்திரிப்புகள் துணை செய்கின்றன. இந்துக்கள் பெரும்பான்மையும் குடுமியுடன் காணப்படுகின்றனர். இவ்வாறான வகைமாதிரிகள்

ஒரு வகையில் வெள்ளையர் வற்புறுத்திய அடையாளங்களை ஏற்பதாகவே அமைந்துவிட்டன. இந்திய தேசியம் மதங்களைக் கடந்தது என்ற தேசியவாதிகளின் வாதத்தை இது குலைக்கின்றது."

எனக்குப் புரியவில்லை. நான்கு மனிதர்கள் இடம்பெறும் ஒரு கருத்துப் படத்தில் அந்த நால்வரும் வெவ்வேறு மதத்தவர்கள் என்பதைத் தனியே பிரித்துக்காட்ட மத அடையாளங்களைத் தவிர வேறு எதைப் பயன்படுத்த முடியும்? பாரதியின் கருத்துப் படங்களில் இந்துமதத்தின் கூறுகள் அதிகம் என்றும், அதனால் முஸ்லீம்கள் அயன்மைபட்டுப் போனதாகவும் சொல்கிறார் சலபதி. இங்கு கலை குறித்தும் கொஞ்சம் பேச வேண்டி இருக்கிறது. ஒரு கலைமனம் தன் நினைவுகள், அனுபவங்கள், வாசிப்புகள் இவற்றினோடு சேர்ந்துதான் இயங்க முடியும். இதுவே இயல்பானது. எனவே இந்திய தேசியக் கிளர்ச்சியை, சிறையில் கண்ணன் பிறப்போடு இணைத்துத்தான் பாரதியால் கற்பனை செய்ய முடியும். அந்தக் கற்பனைதான் அவனது கருத்துப்படங்களில் வெளிப்படவும் செய்யும். தேர்ந்த வாசகரான சலபதி இதை அறியாதவரல்ல. ஆனால் இங்கு அவ்வாசகர், சலபதி என்னும் வரலாற்றாசிரியரால் பலமாகத் தாக்கப்பட்டு மூலையில் சுருண்டு கிடக்கிறார். எனவே அவரால் கண்விழித்துக் காண இயலவில்லை. சலபதி சொல்வது போல் அவனது கருத்துப் படங்கள் முஸ்லீம்களை அயன்மைப்படுத்தியது உண்மை யாகவே இருக்கும் பட்சத்திலும், அதன் நிமித்தம் பாரதியைக் குற்றம்சாட்டும் தொனியை ஒருக்காலும் ஒப்ப இயலாது.

சென்ற முறை திருநெல்வேலி செல்லும்போது 'மணியாச்சி' ஜங்ஷனில் வாஞ்சியின் நினைவுகளோடு நெஞ்சு விம்ம அமர்ந்திருந்தேன். இனி அந்த "நெஞ்சு விம்மல்" சாத்தியமா என்று தெரியவில்லை. ஆஷை கொல்வதற்கான காரணங்களாக வாஞ்சி சொல்வது . . .

> "ஆங்கில சத்ருக்கள் நமது தேசத்தைப் பிடுங்கிக்கொண்டு அழியாத ஸனாதன தர்மத்தைக் காலால் மிதித்துத் துவம்சம் செய்து வருகிறார்கள். எங்கள் இராமன், சிவாஜி, கிருஷ்ணன், குரு கோவிந்தர், அர்ஜுனன் முதலியவர் இருந்து தர்மம் செழிக்க அரசாட்சி செய்து வந்த தேசத்தில், கேவலம் கோமாமிசம் தின்னக்கூடிய ஒரு மிலேச்சனாகிய ஜார்ஜ் பஞ்சமனை முடிசூட்ட . . . பெருமுயற்சி நடந்துவருகிறது."

வாயிற்குள் துப்பாக்கியை வைத்துச் சுட்டுக்கொள்ளும் ஆன்மபலத்தை அளித்தது பரிசுத்த விடுதலை வேட்கையல்ல,

கேவலம் மதாபிமானம் என்று அறிய நேர்கையில் வருத்தமே எஞ்சுகிறது.

நமது கற்பனைகள் இதமானதாக இருக்க, வரலாறுதான் எவ்வளவு கொடூரமானதாக இருக்கிறது? 'வம்சமணி தீபிகை' எனும் எட்டப்பர் குல வரலாற்றில் சிவாஜியை, V.K. ராமசாமி துரத்தித் துரத்தி அடித்த காட்சியைக் காட்டியதற்காக 'தெய்வமகன் சிவாஜி ரசிகர் மன்றத்தின்' சார்பாக சலபதிக்கு எமது கண்டனங்கள்.

கட்டுரையின் முடிவில் சலபதி அளிக்கும் சான்றுப் பட்டியல்கள் என்னை மிரளவைக்கின்றன. வெறும் ஆதாரங்கள் என்பதைத் தாண்டி அவை இன்னொரு செய்தியை நமக்கு வலுவாகச் சொல்கின்றன . . .

"கல்லாதது உலகளவு."

விகடன் தடம், ஜூலை 2017

11

மொழி அலங்காரங்களைக் குப்பைக் கூடைக்கு அனுப்பியவன்

மனுஷ்யபுத்திரனின் கவியுலகு

"படிமங்களின் சுமையிலிருந்தும் தவறான பயன்பாட்டிலிருந்தும் நவீன கவிதையை விடுவிப்பது தான் இன்றைய கவிஞனின் முதன்மையான சவால் என்பதை அழுத்தமாக நம்பி வந்திருக்கிறேன். மரபுக்கவிதையினைப் போலவே புதிய கவிதையினையும் சடங்கான வடிவங்கள் அரித்துத் தின்று கொண்டிருக்கும் ஒரு காலத்தில் கவிஞர்கள் தங்கள்மேல் படிந்து கொண்டிருக்கும் சாம்பலை உடனடியாக உதறிக்கொள்ள வேண்டியவர்களாக இருக்கிறார்கள். இந்தப் பின்புலத்தில்தான் என் கவிதைகள் நேரடியாகப் பேச வேண்டும் என்று விரும்பினேன். அதனுடைய எல்லாக் கதவுகளையும் திறந்து போட்டு விடவேண்டும் என்று ஆசைப்பட்டேன். இதன் அர்த்தம் எளிமையான கவிதைகளை எழுத வேண்டும் என்பதல்ல. கவிதை சார்ந்த எந்த உணர்வும் எளிமையானதும் அல்ல. மாறாக ஓர் இதயபூர்வமான உரையாடலின் அணுக்கமான மொழியினை உருவாக்குவதன் மூலம் கவித்துவம் சார்ந்த பாசாங்குகளிலிருந்து விடுபட முடியும் என்று தோன்றியது. கவிதையைப் போல் தோன்றாத வரிகளினூடே கவிதையினை அடைய விரும்பும் ஒருவனது முயற்சியில் தற்காத்துக்கொள்ள ஒன்றுமே இருப்பதில்லை.

எனது எல்லா வெற்றிகளும் தோல்விகளும் இக்கவிதைகளில் மிக வெளிப்படையாக இருக்கின்றன.”

இவை மனுஷ்யபுத்திரனின் ‘நீராலானது’ தொகுப்பின் முன்னுரையிலுள்ள வரிகள். அவரது கவியுலகத்தைக் கச்சிதமாகச் சொல்லும் வரிகள் இவை. “இதயப்பூர்வமான உரையாடலின் அணுக்கமான மொழி” என்பதைத்தான் கவிதையைச் சாதிக்கும் வழிமுறையாக அவர் கைக்கொள்கிறார்.

செய்யுளிற்கென்று சுமைகள் இருந்தது போலவே, நவீன கவிதையின் தலைமீதும் சில சுமைகள் ஏறி அமர்ந்துகொண்டன. சிலர் அதைக் கிரீடமாகக் கருதி நெஞ்சு விம்மிக்கொண்டிருக்கையில், தைரியமாக அதைத் துறந்து நின்றவர் மனுஷ். பெரியபெரிய தத்துவங்களின் சாறு பிழிய உதவும் சல்லைடைகளை வீதி வழியே விற்றுவந்தவனிடம் தந்திரமாக “NO ... THANKS...” சொல்லிவிட்டவர் அவர். உரை நடைக்கும் கவிதைக்குமிடையே அறிஞர்கள் இட்ட கோட்டை அழித்துவிட்டு ஓடிவிடும் ஒரு சேட்டைகாரச் சிறுவன்.

மேலும்மேலும் ஆபரணங்களைச் சூடிக்கொண்டு பெருமிதமும் போதாமையும் கலந்த குழப்பத்தோடு, ஓயாமல் கண்ணாடி பார்த்தபடி தவித்திருந்தது நமது மொழி. மனுஷ் அதன் உடலிருந்து ஒவ்வொரு ஆபரணங்களாக இறக்கிவைத்தார். தலையைத் தடவித்தந்து அதை இயல்பாக மூச்சுவிடச் செய்தார். “எளிய உடையில் நீ எவ்வளவு பேரழகி பார் . . .” என்று அவரே அதன் அழகை அதற்குக் காட்டித்தந்தார்.

மனுஷின் கவிதைகளில் உருவகங்கள், உவமைகள், படிமங்கள் போன்றவை மிகக் குறைவே. அவை இடம்பெறும் இடங்களிலும் அதன் அலுப்பை அண்டவிடாமல் பார்த்துக் கொள்கிறார். “இதெல்லாம் கவிதைக்குள் வருமா?” என்று நாம் சந்தேகிக்கும் பலவற்றையும் அவர் வெற்றிகரமாகக் கவிதைக்குள் அமர்த்திக்காட்டினார். அத்தகைய சவால்களையும் வலிந்து மெனக்கெடாமல், தன் வழமையான சொல்லல் முறையிலேயே சாதித்துக் காட்டினார் என்பதைக் கூடுதல் சிறப்பென்று சொல்லலாம்.

ப்ரியமானவரிடமிருந்து ஒரு தொலைபேசி வர வேண்டும் அல்லது நெடுநாளாய் காத்திருந்த நற்செய்தி ஒன்று வரப்போகும் தருணம் . . . வந்தால் ரிங் அடிக்கும் . . . சத்தம் வரும். அப்படித்தான் அதைக் கண்டுபிடித்தவன் வடிவமைத்திருக்கிறான். நீங்கள் ஒரு செவிடில்லை எனும் பட்சத்தில் வழக்கம்போல உங்கள் வேலைகளைக் கவனிக்கலாம். சத்தம் வந்தால் போய் எடுத்துப் பேசலாம். ஆனால் “ப்ரியம்” போன் பக்கத்திலேயே ஸ்டூல் போட்டு

அமர்ந்துகொள்கிறது. காலம் சற்றே தாமதித்துவிட்டால் அதன் அடிவயிறு பிசைவது போல் இருக்கிறது. நாக்கு அன்னத்தில் ஒட்டிக்கொள்கிறது. லேசாகத் தலைசுற்றல் வருகிறது. முந்தைய கணம்வரை இயக்கத்தில் இருந்த போன் திடீரென பழுதாகி விட்டதா? அல்லது அது ஒழுங்காக வைக்கப்படவில்லையா? அல்லது இயக்கதிலிருந்தும் சத்தம் மட்டும் கேட்க மாட்டேன் என்கிறதா? இப்படி இன்னும் விதவிதமான சந்தேகங்களால் வாட்டியெடுக்கப்படும் ப்ரியம், வராத போனை எடுத்து காதில் வைத்துப் பார்க்கிறது. "டயல் டோனோ" அவ்வளவு துல்லியமாகக் கேட்கிறது. ப்ரியம் வதங்கிப் போகிறது. "முட்டாளே ... போன் வந்தால் ரிங் அடிக்கும்" என்று தன்னைத்தானே ஏசிக்கொள்ளும் ப்ரியம், ஐந்து நிமிடம் கழித்துத் திரும்பவும் போனை எடுத்து காதில் வைத்துப் பார்க்கிறது. கவிதை எழுதப்பட்ட காலம் செல்போன்கள் புழக்கத்தில் இல்லாத காலம் என்பதை ஒரு தகவலாகச் சொல்லிக்கொள்கிறேன்.

அழைப்பு
நான் பார்க்கும் போதெல்லாம்
அந்த மனிதர்
ஒரு போதும் ஒலிக்காத
தொலைபேசியினை
எடுத்துக் கேட்பதும்
வைப்பதுமாக இருக்கிறார்.

இதில்
மிகப் பெரிய துரதிர்ஷ்டம்
அந்தத் தொலைபேசி
ஒரு போதும்
வேலை செய்யாமல் இல்லை.

('நீராலானது', பக்: 147)

அற்புதங்கள் நிகழாமல் இருப்பது உண்மையில் ஒரு பிரச்சனையில்லை. பிரச்சனை என்னவெனில், அற்புதங்கள் நிகழப்போவது போலவே வாழ்வு காட்டும் அறிகுறிகள்தான். சரியாக தனது முறை வரும்போது அடைக்கபடும் கதவுகளால்தான் பைத்தியங்கள் உருவாகிறார்கள். எனக்குத் தெரியும், கடைசி எண்ணில் இலட்சங்களைத் தவறவிட்ட ஒரு லாட்டரிச்சீட்டுப் ப்ரியன் பிறகு லாட்டரிச்சீட்டுப் பைத்தியம் ஆன கதை.

ஓர் அற்புதத்திற்காக
ஓர் அற்புதத்திற்காகக் காத்திருந்தேன்
அது நிகழவேயில்லை.

அற்புதங்கள் இனி நிகழாதென்றே
சகுனங்களும் சொல்கின்றன

ஆனால்
நிகழ்ந்து கொண்டேயிருக்கிறது
அற்புதத்திற்கு முந்தைய ஒரு கணம்

இன்னும் ஓரே ஒரு கணம்தான்
என்று சொல்லிக்கொண்டேயிருக்கும்
ஒரு கணம்.

('நீராலானது', பக்: 32)

உரைநடையை ஒடித்தது போன்று தோற்றமளித்தாலும் மனுஷின் கவிதைகள் "சங்கீதத்துடனேயே" ஒலிக்கின்றன. காலம் காலமாக இடையறாது பேசப்படும் சங்கதிகளை இந்த சங்கீதத்தின் உதவியுடன்தான் அவர் கவிதையாக்குகிறார். 'புறக்கணிப்பு' நம் கவிதைகளில் தொடர்ந்து பேசப்பட்டு வந்திருக்கிறது. 'மண்டியிடுதல்' கவிதையின் ஆதார குணங்களில் ஒன்றாகவே மாறிவிட்டது. 'மறுப்பு' கவிதை இந்தப் புறக்கணிப்பைத் தான் பேசுகிறது. எனினும் இதில் பழையதின் புளிப்புவாடை வீசாதிருக்கக் காரணம் இதன் 'சங்கீதம்' தான் என்று நினைக்கிறேன்.

மறுப்பு

எத்தனை முறை
வந்து கேட்டாலும்
"இல்லை இல்லை"
என்பதே உன் பதில்

எப்போதும் இல்லாததைக் கேட்பவர்களுக்கு
தருவதற்கு எதுவுமிருப்பதில்லை

ஆயினும்
ஒவ்வொரு முறையும்
"இல்லை இல்லை"
எனக் கேட்க நேர்பவனின்
கண்களில் தோன்றி மறைகிறதே
ஒரு சாம்பல் திரை

நீ
அதைக் கொஞ்சம்
பாராதிரு.

மனுஷின் நிறையக் கவிதைகளுக்கு இந்தப் பண்புண்டு. 'இடமும் இருப்பும்' தொகுதியில் இருக்கும் 'சாரதா' என்கிற கவிதையை அதன் சங்கீதத்திற்காக மட்டுமே நான் அடிக்கடி வாசிப்பதுண்டு.

எல்லையற்றது இந்த உலகின் கருணை என்பதைப் போலவே, எல்லையற்றது இந்த உலகின் தீமை என்பதையும் அவர் சொல்லவே செய்கிறார். இவரது கவியுலகில் முத்தங்களும்,

பூங்கொத்துகளும் மணம் வீசுவது போலவே இரத்தப் பெருக்கும் குரூரங்களும் உண்டு.

அந்தரங்கம்

எனக்குத் தெரியும்

ஓசை படாமல்
கதவு திறந்து வந்து

சுற்றுமுற்றும்
கவனித்துவிட்டு

பைய அருகிருந்து
குருடனின் சுயமைதுனம் பார்க்கும்
ஒரு ஜோடிக் கண்களை.

('இடமும் இருப்பும்', பக்: 41)

சிவப்புப் பாவாடை

சிவப்புப் பாவாடை
வேண்டுமெனச் சொல்ல

அவசரத்திற்கு
அடையாளமேதும் சிக்காமல்

விரலைக் கத்தியாக்கி
தன் தொண்டையறுத்து
பாவனை இரத்தம் பெருக்குகிறாள்
ஊமைச் சிறுமி.

('இடமும் இருப்பும்', பக்: 63)

சிறுமிகளின் தூக்கு மரத்திற்கு வழிகாட்டும் நட்சத்திரங்கள்

மலஜலம் கழிப்பதற்காக
திறந்தவெளி கழிப்பறையைத்
தேடிச்சென்ற இரண்டு சிறுமிகள்
வண்புணர்ச்சி செய்யப்பட்ட பிறகு
ஓரே மரத்தில்
உயிரோடு தூக்கிலிட்டுக்
கொல்லப்பட்டார்கள்
... ...
குழந்தைகளை
வன்புணர்ச்சி செய்துவிட்டு
தூக்கு மரத்தை நோக்கி அழைத்துச் செல்பவர்களுக்கு
நட்சத்திரங்கள் அந்த இருளில்
வழிகாட்டவே செய்கின்றன இல்லையா ?
... ...

('அந்நிய நிலத்தின் பெண்', பக்: 91)

அன்பை ஓயாது கொஞ்சிக்கொண்டு, அதையே ஈசிக்கொண்டு திரியாமல் அதன் கொடுங்கோன்மை குறித்தும் மறவாமல் எழுதி வைத்திருக்கிறார். "அன்பாய்த் தரும் எதையும் சாப்பிடப் பிடிக்கும் / அன்பையே சாப்பிட அதைவிடப் பிடிக்கும்" என்று எழுதும் அவரேதான் "புதுவருஷத்திலிருந்து அன்புக்கு ஏங்குகிற கெட்ட பழக்கத்தை விட்டுவிட்டேன்" என்றும் எழுதுகிறார்.

ஒரு தனிமனிதனின் வினோதமான சிக்கல்கள், உளவியல் குழப்பங்கள், நிம்மதியின்மையின் தடுமாற்றங்கள் போன்றவற்றை நெருங்கிச்சென்று காண மனுஷால் முடிகிறது.

உன்னையல்லால்

என் வெற்று அகந்தையே
என் குருட்டு தைரியமே
உன் நிழலில்
கொஞ்சம் இளைப்பாறிக் கொள்கிறேன்
உன்னைவிட்டால்
எனக்கு
வேறு யார் இருக்கிறார்கள்?

('இருளில் நகரும் யானை', பக். 100)

திரும்பிப் போ

இந்தப் பாழும் கிணற்றில்
கல்லை கட்டிக்கொண்டு
குதிக்கத்தான் வந்தேன்

இன்றைக்குப் பார்த்தா
பௌர்ணமி நிலவு
தண்ணீர் மேல்
இப்படித்
ததும்பிப் கொண்டிருக்க வேண்டும்?

('இருளில் நகரும் யானை', பக். 159)

ஆமாம் மனுஷ்யபுத்திரன் நிறையத்தான் எழுதுகிறார். அவர் மீதும் அவர் கவிதையின் மீதும் அக்கறையுள்ள ஒரு வாசகனாக அவர் தன்னை இவ்வளவு அழித்துக்கொள்வதில் எனக்கும் விருப்பமில்லைதான். ஆனால் அவர் வாழ்தலின் இன்றிமையாத ஒரு பகுதியாக கவிதை மாறிவிட்டது என்று நினைக்கிறேன். ஒரு நண்பனாக அவரை "வாழாதே..." என்று எப்படிச் சொல்வேன்? சில சுமாரான கவிதைகளின் தோள்மேல் கால்வைத்து ஏறித்தான் அவர் 'சிநேகிதிகளின் கணவர்கள்' என்கிற ஆகச்சிறந்த கவிதையை அடைகிறார். சில சுமாரான கவிதைகளின் தலைமேல் கால்வைத்து இறங்கித்தான் அவர்

‘சிறிய புகழுள்ள மனிதன்’ என்கிற மகத்தான கவிதையை அடைகிறார்.

சிறிய புகழுள்ள மனிதனின் துயரம்

அடையாளமற்ற மனிதர்களின்
துயரத்தைக் காட்டிலும் கனத்துவிட்டது
சிறிய புகழுள்ள மனிதனின் துயரம்

முதலில்
அது ஒரு புகழ்தானா என்ற சந்தேகம்
அவனை
அமைதியிழக்க வைக்கிறது

அது
அவனது நடத்தையின் விதிகளை
நிச்சயமற்றதாக்கி விட்டது

சிறிய புகழுள்ள
மனிதன்
அந்தக் கூட்டத்தில்
தன்னந்தனியனாக நின்றுகொண்டிருக்கிறான்

ஏங்கிய குழந்தையைப்போல
ஒவ்வொரு முகமாக உற்றுப் பார்க்கிறான்

பசித்த யாசகனைப்போல
வெறுமனே கடந்து செல்லும்
ஒவ்வொருவவரையும் வெறுக்கிறான்

சிறிய புகழுள்ள மனிதன்
பூங்காக்களில்
மலர்களைக் கவனிப்பதில்லை

பயணத்தில்
ஜன்னல் வழியே பார்ப்பதில்லை

உணவகங்களில்
உணவின் ருசியை அறிவதில்லை

கடற்கரையில்
கடலை நோக்கி நடப்பதில்லை

சிறிய புகழுள்ள மனிதன்
ஒரு உளவாளியைப் போல
யாருக்காகவோ
எல்லா இடத்திலும் பதுங்கியிருக்கிறான்

அவனது
சிறிய புகைபடங்கள் வெளிவந்த
தருணங்களை,
அவனைப் புகழ்ந்து சொல்லப்பட்ட
மகத்தான வாக்கியங்களை,

அவனது
சிறிய வெற்றிகளுக்கு வழங்கப்பட்ட
சிறிய பரிசுகளை
சான்றிதழ்களை
எல்லாவற்றையும்
அவன் திரும்பத் திரும்ப
நினைத்துக்கொள்கிறான்

வெட்டியெடுத்த செய்திதாள் குறிப்புகளும்
நகலெடுக்கப்பட்ட காகிதங்களும்
ஒட்டப்பட்ட நோட்டுப் புத்தகமே
அவன் விதியின் புத்தகம்
என்பதில் அவனுக்குச் சந்தேகமில்லை

அதைப் பிரித்துப் படிக்க
ஒருவருக்குமே
அவகாசம் இல்லை என்பதுதான்
சிறிய புகழுள்ள மனிதனின் துயரம்

மனித குலம் இவ்வளவு
பெரிதாக இருப்பதுதான்
எல்லா மறதிகளுக்கும் காரணம் என்றும்
எல்லா சிறிய புகழுள்ள மனிதர்களின்
சாதனைகளையும் அது புறக்கணித்து விடுகிறது
என்றும் அவனுக்குத் தோன்றியது

தன்னை அறிமுகப்படுத்தி கொள்ளும்
எல்லா இடங்களிலும்
அது தனக்கு இழைக்கபட்ட அநீதி
என்றே கருதுகிறான் அவன்

பெரிய புகழுள்ள மனிதர்கள்
தனக்கு காட்டும் கருணையைக் கூட
ஏன் எந்தப் புகழுமற்ற மனிதர்கள்
காட்ட மறுக்கிறார்கள் என
அவனுக்குப் புரியவே இல்லை

ஒரு செல்லாத நாணயத்தைப் போல
எல்லா இடங்களிலும்
திரும்பக் கொடுக்கப்பட்ட
சிறிய புகழை எடுத்துக்கொண்டு
தன் வீட்டிற்கே திரும்ப வருகிறான்

சிறிய புகழுள்ள மனிதனின் குழந்தைகள்
அவனது விதியின் புத்தகத்தை
பிரித்துப் படிக்கிறார்கள்

அவர்கள்
முழுமையாகப்புரிந்துகொண்டார்கள்
முழுமையாக நம்பினார்கள்
சிறிய புகழுள்ள மனிதனின்
மகத்துவங்களை

அவனுக்கு மறுக்கபட்ட அனைத்தையும்
அவர்கள் திரும்பக் கொடுத்தார்கள்

சிறிய புகழுள்ள மனிதன்
அதற்குப் பிறகு வீட்டை விட்டு
வெளியே போகவே இல்லை

'ஊழியின் தினங்கள்' புத்தகத்தை வாசிக்க கையில் எடுக்கும்போது மிகவும் சலிப்பாகவே உணர்ந்தேன். சமகால நிகழ்வுகளின் மீது அவசரமாக எழுதப்படும் '*instant*' கவிதைகள் சீக்கிரம் வெளுத்துவிடும் என்பது என் நம்பிக்கையாக இருந்தது. ஒரு நேர்காணலில் சுகுமாரன் சொல்லியிருந்தார் . . . "கவிதை அன்றேனும் கொல்லும்: நின்றும் கொல்லும்" என்று. நான் நின்று கொல்வதில் நம்பிக்கையுடையவனாக இருந்தேன். அதனால் வந்த சலிப்பு அது. ஆனால் என் நினைப்புக்கு மாறாக 'ஊழியின் தினங்களில்' கவிதைகள் உயிர்ப்புடன்தான் இருந்தன.

வெள்ள சேதங்களைக் கணக்கிடுவதென்பது கவிதையின் வேலையல்ல அதை 'புள்ளியியல் துறை' கவனித்துக்கொள்ளும். மாறாக அங்கு கவிதையின் வேலை என்னவோ அதைச் சரிவரவே செய்கின்றன இக்கவிதைகள். அதனாலேயே தன் சாரத்தை இழக்காமல் இருக்கின்றன. வெறுமனே ஊழித் துயரைப் பாடுவதோடு நிற்காமல் அதன் நிமித்தம் மனித மனங்களில், பழக்கவழக்கங்களில் கண்ணோட்டங்களில் நிகழ்ந்த மாறுதல்களையும் கவனப்படுத்துகின்றன இக்கவிதைகள்.

ஊழியின் தினங்கள் – 12

அந்தப் பையன்கள்
குடிகாரர்கள்
பொறுப்பற்றவர்கள்
ஒழுங்காக வேலைக்குச் செல்லாதவர்கள்
குட்டிச்சுவரிலிருந்து பெண்களைக் கேலி செய்பவர்கள்
உதவாக் கரைகள்

அந்தப் பெண்கள்
தங்களை அலுக்காமல் அலங்கரித்துக் கொள்பவர்கள்
எப்போதும் ஓயாமல் ஃபோன் பேசிக்கொண்டிருப்பவர்கள்
யாருடைய பாதுகாப்பிலாவது இருக்க விரும்புகிறவர்கள்
மிகவும் பலவீனமானவர்கள்

எல்லாக் கதைகளும்
ஒரு நாள் மழையில்
வேறுவிதமாக மாறுகின்றன

நீராலான நகரத்தின் மையத்தில்
குளத்தில் குதிப்பதுபோல
அவர்கள் குதிக்கிறார்கள்
நீருக்கடியில் மறைக்கப்பட்டவர்களை

புராதன நகரத்திலிருந்து
கொண்டு வருவதுபோலக் கொண்டு வருகிறார்கள்
சாப்பாட்டுப் பொட்டலங்களை
கழுத்தளவு சாக்கடை நீரில்
தலைக்கு மேல் தூக்கிப் பிடித்தபடி நடந்து போகிறார்கள்
தொலைபேசிகளில்
உதவி கேட்டுக் கதறும் குரல்களிடம்
'வந்துகொண்டிருக்கிறோம்
வந்துகொண்டிருக்கிறோம்'
இடைவிடாமல் சொல்லிக்கொண்டிருக்கிறார்கள்
பிரார்த்தனைகளின் மெழுகுவர்த்திகளை
ஒருகணம் கூட அணையாமல்
பார்த்துக்கொள்கிறார்கள்

ஆம் இது பொறுப்பற்றவர்களின் நகரம்தான்
ஆம் இது வெற்று அரட்டைகளின் நகரம்தான்
ஆம் இது உல்லாசங்களின் நகரம்தான்
ஆம் இது ஒட்டுதலற்ற இளைஞர்களின் நகரம்தான்

பொறுப்பற்றவர்கள்தான்
இப்போது இந்த நகரத்தின் தெருக்களில்
ஒரு புதிய மக்கள் ராணுவமாக
வேகவேகமாகப் போய்க்கொண்டிருக்கிறார்கள்
எல்லா இடங்களிலும் மக்கள்
அவர்களுக்காகக் காத்திருக்கிறார்கள்

இதுவரை இந்த நகரத்திற்கு
தாங்கள்தான் பொறுப்பு
என்று சொல்லிக்கொண்டிருந்தவர்கள்
திகைத்து நின்றுகொண்டிருக்கிறார்கள்
பொறுப்புள்ள மனிதர்களால்
அழிக்கப்பட நகரத்தைக் காப்பாற்றுவதற்காக
பொறுப்பற்ற மனிதர்கள்
இன்றோடு ஏழாவது நாளாக
பசியோடும் தூக்கமில்லாமலும்
தண்ணீரிலும் இருளிலும்
நின்றுகொண்டிருக்கிறார்கள்.

('ஊழியின் தினங்கள்', பக்: 34)

    காதலைப் போலவே காமமும் மனுஷின் கவிதைகளில் தொடர்ந்து பேசப்படுகின்றன. 'அந்நிய நிலத்தின் பெண்' தொகுப்பில் புணர்ச்சியின் நாடகங்கள் மூச்சுமுட்டப் பேசப்படுகின்றன. இதில் இடம்பெற்றுள்ள 'காமுகன்', 'காமுகி' கவிதைகள், காமத்தைப் பேசுவதற்கென்று இதுவரை கவிதை கைக்கொள்ளும் சூட்சும மொழியிலிருந்து பட்டவர்த்தனமான மொழிக்கு நகர்ந்திருக்கின்றன. 'உண்மையின் கொச்சை' என்று இதைச் சொல்லலாம். "ஏன் இப்படி கொச்சையாகப் பேசுகிறாய்?

என்று கேட்டால், "ஏன் உண்மையைப் பேசுகிறாய் என்றா கேட்கிறாய்?" என்று இவை நம்மைத் திருப்பிக் கேட்கின்றன.

நான் ஒரு கனவான். எப்போதும் என் டை-முடிச்சில் கவனமாய் இருப்பவன். எனவே அந்தக் கவிதைகள் எதையும் நான் இங்கு தரப் போவதில்லை. தன்னந்தனிமையில் யாரும் கனவான் அல்ல என்பதால் நீங்களே அவற்றைத் தனிமையில் வாசித்துக்கொள்ளுங்கள்.

கட்டில் ஒரு உலகம் என்பதில் மாற்றுக்கருத்தில்லை. கட்டிலைத் தாண்டி அவளுக்கு எவ்வளவோ உலகங்கள் இருக்கின்றன. கட்டிலை மட்டும் பாடுவது உறுதியாக பெண்ணைப் பாடுவதாகாது. பெண் ஆணின் விலா எலும்பிலிருந்து படைக்கப்பட்டவளெனச் சொல்கிறது மதம். உண்மையில் நமது குடும்பங்கள் பெண்களின் விலா எலும்பைத் தின்று செரித்தே புடைத்து நிற்கின்றன. என்னளவில் இந்தக் கவிதையை மனுஷின் சிறந்த ஆக்கங்களில் ஒன்று என்று சொல்வேன்.

விடுப்பு விண்ணப்பம்

'விடுப்பு வேண்டும்'
என்றாள் மேலாளனிடம்
'சொந்த வேலைகள்
கொஞ்சம் இருக்கின்றன'
என்றாள் தயக்கத்துடன்.

'எத்தனை நாள் விடுப்பு வேண்டும்
இங்கும்
வேலைகள் அதிகமாக இருக்கின்றன'
என்றான் மேலாளன்

'என்னைக் கொஞ்சம்
கவனித்துக் கொள்ள
நினைக்கிறேன்
ஒரு முந்நூறு வருடங்களாவது
எனக்கு விடுப்பு வேண்டும்'
என்று சொன்னபோது
அவள் குரல் உடையத் தொடங்கியது.

மனுஷ்ய புத்திரன் எனக்குப் பிடித்த கவிஞர்களின் பட்டியலில் இருப்பதற்கான காரணம். அவர் எளிய மனிதர்களை அவர்களின் பாடுகளையே அதிகமும் பாடுகிறார்.

ஞானத்தின் தடுமாற்றங்களில் அல்ல, எளிய மனிதர்களின் சிக்கல்களிலேயே அவர் அதிகம் கவனம் கொள்கிறார். தனக்கென தனிக்கிரகம் ஒன்றைக் கண்டுபிடித்துவிட்டு, அதில் அமர்ந்து கொண்டு, அதன் கவிதைகளை மட்டும் பாடிய கவிஞர் அல்ல அவர். பாத்ரூம்களில் கதவைச் சாத்திக்கொண்டு அழும்

உய்யடா உய்யடா உய்!

நைந்த உயிர்களுக்கு, அப்போது உச்சரித்துக்கொள்வதற்கான மந்திரங்களை உருவாக்கித் தருபவர் மனுஷ்.

> அழுகை வராமலில்லை
> ஒரு வைராக்கியம்
> உங்கள் முன்னால் அழுது விடக்கூடாது

என்பதைவிட அதற்குப் பிறிதொரு மந்திரம் இல்லை.

இவரின் கவிதைகள் வடிவத்தில் எளியன என்பது போன்றே, இதன் உள்ளுறையிலும் கேட்பது எளிய ஜீவன்களின் கேவல்களே. பெண்கள் சிறுநீர் கழிப்பதில் நேரும் சிரமங்கள் ஒரு முக்கியமான பிரச்சனையாக அடிக்கடி பேசப்படுவதைக் காணமுடிகிறது. 'demonetization'இன் நீண்ட கியூவில் நிற்கும் 'வாணிஸ்ரீ' சிறுநீர் கழிக்க என்ன செய்வாள் என்பதே மனுஷின் பிரதான கவலையாக இருக்கிறது.

"நாளிரவு பாராமல் ஓயாது மலர்கின்ற எல்லையற்ற பூ"வை என்னால் கற்பனை செய்ய முடிகிறது. ஆனால் 'ரகசிய மலர்களை' நான் பார்த்திருக்கிறேன். சூட்டியிருக்கிறேன். அதைச் சூட்டிய கூந்தலை ஒருவன் நடுரோட்டில் பற்றி இழுத்துப் போனதையும் பார்த்திருக்கிறேன். பிறகுதான் எனக்கு 'எல்லையற்ற பூவில்' ஆர்வம் குறைந்து போனது.

ரகசிய மலர்கள்

இந்த மாலையில் வீடு திரும்பும் நீ
உன் வீட்டிற்கான பாதை துவங்கும் புள்ளியில்
உன் தலையிலிருந்த மலர்களை
விடுவிக்கத் துவங்குகிறாய்
உன் கண்கள்
கூச்சத்தாலும் தடுமாற்றத்தாலும்
யாரும் பார்க்கிறார்களா என
சாலையின் புறங்களைக் கவனிக்கின்றன

இன்னும் வாடாத
வீட்டிற்கு போக முடியாத
அந்த மலர்களை எங்கே எறிவதென்று
உனக்குத் தெரியவேயில்லை

சாலையோரங்கள்
கழிவுகளாக நிரம்பி வழிகின்றன

வீட்டிற்குப் போக முடியாத மலர்களை
எறிவதற்கு இந்த நகரத்தில்
ஒரு சிறிய மூலை கூட இல்லை
அம்மலர்கள்
உன் கைகளில்
யாருடைய கண்களாகவோ மாறி
உன்னையே பார்த்துக் கொண்டிருக்கின்றன

கைப்பையைத் திறந்து மெல்ல
அம்மலர்களைப் போட்டு மூடுகிறாய்
ஒரு ரகசிய அறை ஒன்றில்
உன் ரகசிய மலர்களை
நீ ஒவ்வொரு இதழாகத் தின்னத் தொடங்கும்போது
எங்கும் நிறைந்துவிடுகிறது
நீக்கவே முடியாத துயரத்தின் வாசனை.

இந்தக் கவிதையோடு இக்கட்டுரையை முடிக்கலாம்.

காற்றிற்கு

காற்றிற்கு
வாடைக் காற்று
புயல் காற்று
மழைக் காற்று
அனல் காற்று
கடல் காற்று
என்றெல்லாம் பெயர்கள்

எந்தப் பெயரும் இல்லாமல்
எதையும் கடந்து செல்ல முடியாமல்
கொஞ்சம் காற்றுகள் இருக்கின்றன
நமது உலகில்

அவை உயிரூட்டப் போராடுகின்றன
கண்ணாடி பாட்டில்களில்
அடைக்கப் பட்டிருக்கும்
வண்டுகளுக்கு.

('மணலின் கதை', பக். 47)

பெயரிலிகளைப் பாடுகிற கவிஞனை இயல்பாகவே என் மனம் இறுக அணைத்துக்கொள்கிறது.

'மக்கள் கவிஞன்' என்கிற மாலையை அதன் பரிபூரண அர்த்தத்துடன், மங்காத ஜொலிப்புடன் கன்னங்களில் நீர் வழிய அவனுக்குச் சூட்டுகிறேன்.

வாசகசாலை அமைப்பு நடத்திய 'மனுஷ்யபுத்திரன் படைப்புலகம்' நிகழ்வில் வாசிக்கப்பட்ட கட்டுரை